आयुष्यात ज्यांचा मला सामना करावा लागला, त्या सर्व
अपयशांना आणि अडचणींना समर्पित.
या गोष्टी आपल्याला नकोशा असतात. पण नीट विचार
केल्यावर मला जाणवलं की आज मी जो काही आहे,
तो त्यांच्यामुळंच आहे.

अंकुर वारिकू हे एक उद्योजक आणि माहितीपूर्ण साहित्याचे निर्माते आहेत. यश आणि अपयश, पैसा आणि पैशांची गुंतवणूक, स्वत:विषयीची जागरूकता आणि नातेसंबंध यांविषयी त्यांनी व्यंगात्मक रीतीनं व्यक्त केलेल्या गहन आणि परखड विचारांमुळं आज ते भारतातील एक प्रसिद्ध व्यक्ती आहेत.

अंतराळ अभियांत्रिक व्हायची इच्छा बाळगण्यापासून सुरू झालेला आयुष्याचा प्रवास, लाखो वाचकांपर्यंत पोहोचणारं माहितीपूर्ण साहित्य निर्माण करण्यापर्यंत कसा येऊन ठेपला, याविषयी त्यांनी त्यांच्या पहिल्या पुस्तकात लिहिलं आहे.

दीर्घकालीन यश संपादन करण्यासाठी कोणत्या सवयी लावून घेणं आवश्यक आहे इथपासून अर्थ व्यवस्थापनाचा पाया कसा घालावा – इथपर्यंत आणि अपयशाला आपलं मानून त्याचा स्वीकार करण्यापासून अनुकंपा म्हणजे नक्की काय इथपर्यंत अनेकांगी विचार ते व्यक्त करत असतात.

हे पुस्तक वाचण्यायोग्य आहे, वाचत राहण्यायोग्य आहे. हे एक असं पुस्तक आहे, ज्यातल्या काही ओळी तुम्ही अधोरेखित कराल आणि मनात घोळवत राहाल आणि आपल्या नातेवाइकांना, मित्रमंडळींना व अनोळखी लोकांनाही भेट म्हणून द्याल. हे पुस्तक सर्वांत जास्त भेट दिलं जाणारं पुस्तक ठरावं, अशी अंकुरची इच्छा आहे!

मोठ्या चुका करा, मोठे यश मिळवा

अंकुर वारिकू

अनुवाद : इंद्रायणी चव्हाण

MANJUL

मंजुल पब्लिशिंग हाउस

First published in India by

MANJUL

Manjul Publishing House
Corporate and Editorial Office
•2nd Floor, Usha Preet Complex, 42 Malviya Nagar,
Bhopal 462 003 – India

Sales and Marketing Office
•C-16, Sector 3, Noida, Uttar Pradesh 201301, India
Website: www.manjulindia.com
Distribution Centres
Ahmedabad, Bengaluru, Bhopal, Kolkata, Chennai,
Hyderabad, Mumbai, New Delhi, Pune

Marathi translation of *Do Epic Shit*

English edition first published by Juggernaut Books

This Marathi edition first published in 2022
Second impression 2024

ISBN: 978-93-5543-147-9

Marathi translation: Indrayani Chavhan

Printed and bound in India by Repro India Ltd.

अनुक्रमणिका

परिचय

प्रिय वाचकहो,

हे पुस्तक वाचत असताना कदाचित तुम्हांला वाटेल की आपण आतापर्यंत घेतलेल्या सर्व पुस्तकांमधलं हे अगदी निरुपयोगी पुस्तक आहे. कारण तुम्हांला माहीत नाही, असं यात काहीच नाही.

आणि खरंच! हे पुस्तक तुम्हांला कसलाही साक्षात्कार घडवण्यासाठी नाहीच. केवळ आठवण करून देण्यासाठी आहे.

आठवण! आपल्या सर्वांचाच जीवनप्रवास कसा घडत असतो याची आठवण. अगदी सहज- पण अगदी वेगळ्या ढंगानं करून दिलेली आठवण.

म्हणूनच हे पुस्तक तुम्हांला नवीन असं काहीच सांगत नाही, तर तुमच्याच विचारांना शब्दांत मांडतं. असे विचार, जे आपल्या सर्वांच्या मनात सातत्यानं येत असतात; पण त्यांचा 'विचार' मात्र क्वचितच केला जातो.

हे पुस्तक तुमचं आयुष्य बदलून टाकणारं नाही, तर तुमची जाणीव वाढवणारं आहे. ज्यामुळं तुम्ही तुमच्या आयुष्यातले निर्णय अजाणतेपणानं नाही तर जाणीवपूर्वक घेऊ शकाल.

गेलं वर्षभर सामाजिक माध्यमांमधे मी जे विचार व्यक्त करत होतो, त्या माझ्या स्वत:च्या विचारांचं संकलन म्हणजे हे पुस्तक.

यातले बरेचसे विचार हे माझ्या स्वत:च्या अनुभूतीतून, निरीक्षणातून आणि अनुभवांमधून आलेले आहेत.

शाळेत असताना आम्ही 'बुक क्रिकेट' नावाचा एक खेळ खेळत असू. खेळ असा होता की, आम्ही कोणत्यातरी एका पुस्तकातलं, कोणतंही एक पान उघडत असू आणि त्या पानाची जी काही क्रमांक संख्या असेल तिच्याअनुसार आपण त्या 'चेंडू'वर किती धावा काढल्या हे ठरत असे. मला वाटतं की हे पुस्तक त्या खेळासाठी अगदी योग्य आहे. पण यात आपल्या 'धावां'ची संख्या वाढणार नाही– तर आपल्याला आपल्याच विचारांची आठवण करून दिली जाणार आहे, आपल्या विचारांना शब्द लाभणार आहेत आणि त्यातून आपली जाणीव वाढणार आहे.

मला वाटतं, तुम्ही हे पुस्तक घेऊन 'बुक क्रिकेट' खेळायला हवं.

रोज या पुस्तकातलं कोणतंही एक पान उघडा. ते वाचा. वाचता वाचता कदाचित तुम्ही एकाऐवजी तीन पानंही वाचाल. पण जे काही वाचाल त्यावर विचार करा, व्यक्त व्हा. कदाचित तुम्ही त्या संबंधी काही टिपणंही लिहून ठेवाल. किंवा कदाचित आपल्याच विचारांना नेमक्या शब्दांमधे पकडलेलं पाहून किंचितसं हसाल फक्त.

मग दुसऱ्या दिवशी आणखी एक पान उघडा.

आणि समजा, यातला एखादा भाग वाचताना जर कधी तुम्हांला वाटलं की- अरे, आज हेच तर चाललं आहे माझ्या मनात... तर मग तुम्ही मला निःशंकपणे या शतकातल्या एका लोकप्रिय पुस्तकाचा, लोकप्रिय लेखक समजू शकता.

मस्त राहा!

स्वस्थ राहा!

आणि मोठ्या चुका करा, मोठे यश मिळवा.

भाग १

यश
(आणि अपयश)

आयुष्यात अनेकदा आलेल्या अपयशांशी माझं एक नातं जडलं आहे आणि त्या नात्यानं माझं यशाशी असलेलं नातं घडवलं आहे.

वर्षानुवर्षं मी करत आलेल्या 'सलग' चुकांमधून ही जडणघडण होते आहे.

मला यशाच्या दिशेनं अगदी अनपेक्षितपणं पुढं घेऊन जाणारं कोण होतं माहीत आहे? माझ्याच काही चुका– ज्या मी स्वीकारल्या आणि समजून घेतल्या.

या भागामधे तुम्हांला यशस्वी होण्याची प्रक्रिया समजावून सांगितलेली नाही. पण आपल्यासाठी खरं यश कोणतं, त्या यशाची व्याख्या काय, त्या व्याख्येशी प्रामाणिक कसं राहायचं आणि अपयश आलं तर ते स्वीकारून यश मिळवण्यासाठी त्याचा उपयोग कसा करायचा हे मात्र तुम्हांला नक्की समजेल.

चोवीस तासांत आपल्याला आपल्याकडून जितकं काम अपेक्षित असतं त्यापेक्षा जास्त काम केलं गेल्यावर जे काही वाटतं त्याला तोड नाही.

समजा, एखाद्या दिवशी सकाळी तुम्ही कोणतीतरी पाच कामं करायची ठरवली आणि दिवस संपताना तुमची सात कामं पूर्ण झालेली असली, तीही अधिक चांगल्या प्रकारे आणि उत्साहानं पूर्ण झालेली असली तर...?

आपण स्वत:च्याच पुढं जाण्याचा तो आनंद, ते समाधान म्हणजे खरी मिळकत आहे.

स्वत:च्या क्षमतांची सीमा अशी अनपेक्षितपणं ओलांडल्यानं आपण अजून किती आणि काय काय करू शकतो हे आपलंच आपल्याला पक्कं पटतं.

सकाळी जाग येताच इतरांना मिळालेलं यश
आठवेल आणि आपलंच मन आपल्याविषयी
अनेक शंका घेऊ लागेल.
पण तरीही जागे व्हाच!

...

आजपासून वर्षभरानं तुम्हांला वाटेल की त्याच दिवशी सुरुवात केली असती तर बरं झालं असतं.

म्हणून आजच सुरुवात करा.

काळ निघून जातो आणि जाताना आपल्याला एक काहीतरी देऊन जातो-पश्चात्ताप किंवा परिणाम!

आजपासून वर्षभरानं तुम्हांला वाटेल की तुमचं भावनिक खच्चीकरण करणाऱ्या लोकांपासून तुम्ही दूर व्हायला हवं होतं.

आजपासून वर्षभरानं तुम्हांला वाटेल की अनेक गोष्टींना तुम्ही 'नाही' म्हणायला हवं होतं.

आजपासून वर्षभरानं तुम्हांला वाटेल की बऱ्याच गोष्टींसाठी तुम्ही स्वत:ला 'हो' म्हणायला हवं होतं.

आजपासून वर्षभरानं काय होईल याची खात्री आत्ता तुम्ही देऊ शकत नाही.

पण आज जर तुम्ही सुरुवात केली नाही तर वर्षभरानं पश्चात्ताप करायची वेळ येईल हे मात्र नक्की.

एखाद्या व्यवसायामधे यश मिळवण्यासाठी तुम्ही एकच पण सर्वांत जास्त महत्त्वाची अशी कोणती गोष्ट कराल?

जेव्हा तुम्ही एखादं काम करण्यासाठी वचनबद्ध होता तेव्हा लोकांना सतत त्या कामाचा आढावा घेत राहण्याची आवश्यकता भासू नये.

बस्स एवढंच!

...

आपण आपल्या समस्यांकडं ज्या नजरेनं बघू त्याच नजरेनं जगही बघेल.

जर आपण आपल्या समस्यांचं अवडंबर केलं तर जग ते वाढवत नेईल.

आपण जर समस्या असतानाही आनंदी राहू शकलो तर जगही आपला आनंद जपायला मदत करेल.

आपल्या आयुष्यात कोणत्या समस्या असाव्यात याची निवड (बरेचदा) आपण करत नसतो; पण त्यांना सामोरं कसं जायचं याची निवड मात्र आपण निश्चितच करू शकतो.

जर आपण स्वत:वर ताबा ठेवू शकलो तर समस्या कधीही आपला ताबा घेणार नाहीत.

लोकांमधे असलेला सर्वांत मोठा गैरसमज
म्हणजे सगळ्या जगाचं सगळं
व्यवस्थित चाललं आहे
आणि आपणच त्या सगळ्यांहून
काहीतरी वेगळे आहोत.

तुम्ही म्हणजे तुमची कृती.

तुम्ही काय कृती करणार याविषयीचं बोलणं म्हणजे 'तुम्ही' असत नाही.

आपण स्वत:ला समजून घेतो ते स्वत:च्या विचारांतून, पण इतरांना समजून घेतो ते त्यांनी केलेल्या कृतीतून.

हे जसं आपल्या बाबतीत घडतं तसंच ते इतरांच्या बाबतीही घडत असतं. इतर लोक आपले विचार समजू शकत नाहीत. त्यांनाही आपली कृतीच दिसत असते.

आपण काय बोलतो हे महत्त्वाचं नाही.

आपण काय करताना दिसतो हे महत्त्वाचं.

दिलेल्या शब्दाला कृतीची जोड नसेल तर शब्द व्यर्थ ठरतात.

जे लोक भाग्य घडवतात, त्यांनाच भाग्याची साथ लाभते.

जर तुम्ही साहित्यनिर्मिती करत राहिलात तर ते तुमच्या अतिशय आवडत्या कलाकाराकडून आविष्कृत करून घेण्याचं स्वप्न साकार होण्याची शक्यता दाट होत जाते.

संपर्कामधे येणाऱ्या प्रत्येक अनोळखी व्यक्तीशी ओळख वाढवली तर त्यांच्यातूनच तुम्हांला तुमच्या स्वप्नातला जोडीदार मिळण्याची मोठी शक्यता असते. जर तुम्ही कंपनींना 'कोल्ड' (ओळख नसतानाही थेट ई-मेल करणं) ई-मेल पाठवत राहिलात तरच तुम्हांला तुमच्या स्वप्नातली नोकरी मिळण्याची शक्यता वाढते.

तुमची कृती किंवा तुमची कृतिहीनता तुमचं भाग्य ठरवत असते.

भाग्य म्हणजे एखादा अनपेक्षित लाभ नसतो.

भाग्य म्हणजे तुमच्या कठोर परिश्रमांनी साधलेला परिणाम असतो.

चिकाटी एका दिवसात साध्य होत नाही.

चिकाटी म्हणजे जाणीवपूर्वक केलेली एखादी निवड– जी कालांतरानं सवय होऊन जाते.

कधी कधी नेटफ्लिक्सवरची एखादी मालिका सुरुवातीला कंटाळवाणी वाटते. तरीही तुम्ही ती पाहत राहता. कारण हळूहळू ती मालिका मस्त पकड घेत जाते असं तुमच्या कोणा मित्रानं सांगितलेलं असतं.

मग आपण आपली ध्येयं आणि त्या ध्येयांच्या दिशेनं होणारा आपला प्रवास, या बाबतही असाच विचार केला तर?

सुरुवातीला कितीही कंटाळवाणं वाटलं तरी ध्येयांना चिकटून राहा. कारण हळूहळू त्यांच्यावर तुमची पकड घट्ट होत जाणार आहे.

काहीच प्रयत्न केले नाहीत तर काहीच होणार नाही.

पण सातत्यानं प्रयत्न करत राहिल्यास ती एक सवय होऊन जाते. त्यामुळं तुम्ही आवश्यक गोष्टींची टाळाटाळ करू शकत नाही.

आयुष्य एकदाच लाभतं.

मग ते एकाच पद्धतीनं का जगायचं?

समजा, तुम्ही कोणी उद्योजक असलात तरी तुम्ही सर्जनशील लेखनही करू शकता ना?

दिवसभर एखादी नोकरी करून उरलेल्या वेळात इन्स्टाग्रामवर आपण आपली चित्रं विकू शकता ना?

तुम्ही एखादे व्यावसायिक खेळाडू असलात तरी बी-स्कूलमधे (व्यावसायिक प्रशिक्षण) प्रवेश घेऊ शकता.

आपण नेहमीच नावीन्याच्या शोधात असतो. मग कामाच्या बाबतीत तरी एकाच साच्यात का अडकून राहायचं?

आपल्याला नावीन्य हवं असतं. मग आपण स्वत:ला केवळ एकाच भूमिकेत, एकाच ओळखीत, एकाच कामात, एकाच हुद्द्यावर का सीमित ठेवायचं?

आपल्याकडं एकच आयुष्य आहे.

पण म्हणून आपल्याकडं व्यक्तिमत्त्वही एकच असलं पाहिजे असं नाही.

सातत्य + सत्यता ही संगती म्हणजे 'कन्टेन्ट गेम' मधे यश मिळवण्याची गुरुकिल्ली आहे.

या शृंखलेचा तुम्हांला आश्चर्यकारक रीतीनं उपयोग होऊ शकतो. जर–

- तुम्ही नियमितपणं (दैनंदिन/तीन आठवड्यांनी/साप्ताहिक) कन्टेन्ट निर्माण करत असाल.
- तुम्ही जसे आहात तसेच व्यक्त होत असाल, इतर कोणाची नक्कल करत नसाल.

असं झालं तर तुम्ही त्या प्रक्रियेचा आनंद घेऊ शकाल. त्यामुळं कठीण कामही तुम्हांला सोपं वाटेल आणि तुम्ही ते सहजतेनं करू शकाल. पण लोकांना मात्र ते काम अतिशय अवघड आहे असंच वाटत राहील.

तुमच्यामधे सत्यता/खरेपणा नसेल तर मात्र यात नियमितता राखणं तुम्हांला कठीण वाटेल.

मुखवटा घालून फार काळ वावरता येत नाही!

खरंच, पण हे केवळ कन्टेन्टपुरतं नाही.

हे आयुष्यभरासाठीचं सत्य आहे!

आपल्या यशापयशाची व्याख्या जग नेहमी त्याच्या दृष्टिकोनातून करत असतं. हे समजणं म्हणजेच स्वत:विषयी सजग होणं.

नोकरी मिळाली- यश!

नोकरी मिळाली, पण पगार आणि सुविधा शेजाऱ्यापेक्षा कमी आहेत- अपयश!

पंचविसाव्या वर्षी लग्न झालं- यश!

तिसाव्या वर्षी घटस्फोट झाला- अपयश!

वास्तविक यश आणि अपयश यांविषयीचे जे काही निकष आहेत ते जगानं ठरवलेले आहेत.

विचार करा आणि स्वत:च्या यशापयशाचे निकष तुम्ही स्वत: निश्चित करा.

आणि जर तुम्ही स्वत: निश्चित केलेल्या निकषांवर ठाम राहिलात तर जगानं तुम्हांला अपयशी मानलं तरी काही फरक पडणार नाही.

पण जर तुम्ही स्वत:च्या निकषांवर ठाम राहिला नाहीत तर जगानं तुम्हांला यशस्वी मानूनही काही फरक पडणार नाही.

कारण यश म्हणजे स्वत:चं स्वत:शी असलेलं नातं.

आयुष्यात आत्ता तुम्ही ज्या परिस्थितीमधे आहात त्यात आनंदी नसलात तर अजिबात वेळ घालवू नका. काय करायला हवं याचा विचार करा.

वर्तमान परिस्थितीतून बाहेर पडा.

मार्गक्रमण करत राहा.

गंतव्य स्थान निश्चित होण्याची वाट बघत बसू नका.

प्राप्त स्थितीपासून दूर जाणं म्हणजे हातचं सोडून देणं नव्हे. तर काही- आणखी काही संभावना शोधण्यासाठी स्वत:ला वेळ देणं आहे.

तुम्ही करत असलेलं काम तुम्हांला अजिबात आवडत नसेल पण त्यातून भरपूर आर्थिक कमाई होत असेल तर ते काम करत राहा; पण त्यात मानसिक, भावनिक गुंतवणूक करून घेऊ नका. ते काम करत असतानाच नव्या संधीच्या शोधात राहा.

कोणतीही यशस्वी व्यावसायिक व्यक्ती सुरुवातीला नवखीच असते. तिनं न चुकता रोज मेहनत केलेली असते एवढंच.

जन्मत:च कोणी 'प्रो' (व्यावसायिक) नसतं.

आपली सर्व प्रतिष्ठा पणाला लावून काम करणारी अमॅच्युअर (नवखी) व्यक्ती 'प्रो' असते.

परिणामाऐवजी प्रक्रियेच्या प्रेमात पडणारी अमॅच्युअर व्यक्ती 'प्रो' असते.

कामाचा सतत सराव करणारी आणि एखादी टी.व्ही. मालिका बघत झोपी जाणारी अमॅच्युअर व्यक्ती 'प्रो' असते.

समोर एकही प्रेक्षक नसतानाही समरसून काम करणारी अमॅच्युअर व्यक्ती 'प्रो' असते.

काम हवं तसं होत नाही असं वाटत असतानासुद्धा चिकाटीनं काम करत राहणारी अमॅच्युअर व्यक्ती 'प्रो' असते.

व्यावसायिक व्यक्तीला स्वत:ला अमॅच्युअर म्हणवून घ्यायला आवडत नाही. अशा व्यक्तींचं कामच त्यांच्याविषयी बोलत असतं.

'प्रो' व्यक्ती म्हणजे जी शिस्तबद्धता स्वीकारते, आणि सबबी नाकारते.

परिस्थिती कधीच पूर्ववत होणार नाही हे माहीत असलं तरी क्षमा मागा.

कारण ते आवश्यक आहे.

तुम्हांला क्षमा केली जाणार नाही हे माहीत असलं तरी क्षमा मागा.

कारण तेच योग्य आहे.

दुसऱ्या व्यक्तीला तेच अपेक्षित असतं.

नातेसंबंधांमधे दुसऱ्या व्यक्तीसाठी आपली तीच तर भूमिका असते.

तुमच्या दृष्टिकोनातून तुमची चूक नसेलही कदाचित. पण तरीही तुम्ही क्षमा मागितल्यानं दुसऱ्यांचं समाधान होणार असेल तर तेच योग्य असेल.

कोणत्याही योग्य गोष्टीसाठी कारणाची आवश्यकता नसते. त्या गोष्टीचं योग्य असणं हेच एक कारण असतं.

तुम्हांला मिळणाऱ्या वागणुकीवर तुम्ही स्वत:ची किंमत ठरवू नका.

दुनिया तिला हवं तसं तुम्हांला वागवत राहील.

तुम्ही त्यावर नियंत्रण ठेवू शकत नाही.

कोणाचं ऐकायचं हा निर्णय घेणं एवढंच तुमच्या हातात असतं.

जे लोक तुम्हांला योग्य प्रकारे वागवत नाहीत, त्यांच्या नजरेतून तुम्ही स्वत:ची किंमत ठरवत राहिलात तर तो तुमचा निर्णय असेल.

पण काही जण तुमची किंमत जाणणारेही असतीलच.

त्यांच्यामधे प्रथम तुम्ही स्वत: असायला हवं.

तुमच्या मनातल्या आजच्या भावना कालांतरानं नाहीशा होणार आहेत.

ही कल्पनाही विचित्र वाटते, हो ना?

पण जेव्हा असं होतं तेव्हा अजिबातच तसं वाटत नाही.

रोज सकाळी जागं झाल्यावर पहिल्यांदा मनात येणारा एखादा विचार,

एक दिवस अचानक मनात डोकावणारही नाही.

आता तुम्हांला कितीही आनंद झालेला असला किंवा तुम्ही कितीही दु:खात असलात तरी काही दिवसांनी तुम्हांला हा आनंद किंवा हे दु:ख आजच्याइतकं जाणवणार नाही.

आपल्या भावना तात्पुरत्या असतात. आपल्याला मात्र त्या कायम तशाच राहतील असं वाटत असतं.

म्हणूनच जी गोष्ट तुम्हांला आयुष्यातली सर्वांत जास्त वाईट गोष्ट वाटते आहे ती खरं तर अजिबात वाईट नाही.

बरेचसे खेळ हे मैदानात नाही, तर मनात खेळले जातात.

जे खेळाडू सर्वोत्तम ठरतात त्यांना त्यांच्या मनाला प्रशिक्षित करणारे प्रशिक्षक लाभलेले असतात.

त्यामुळं आपल्यावर रोखल्या गेलेल्या अनेक नजरांच्या दबावाखाली खेळणं, प्रसिद्धी माध्यमांमधल्या उलट-सुलट बातम्यांकडं दुर्लक्ष करून खेळावर लक्ष केंद्रित करणं आणि वैयक्तिक आयुष्यात उलथापालथ झाली असली तरी खेळ उत्तम करणं त्यांना शक्य होतं.

खेळ कोणताही असो, तो केवळ शरीरापुरता नसतो. कारण शारीरिक ताकद कोणीही कमवू शकतं.

खेळात मनाचा सहभाग अधिक असतो. ते कोणाच्याही लक्षात येत नाही. ते फक्त एक खेळाडूच समजू शकतो.

मन नियंत्रित करून कधी आणि कशावर लक्ष केंद्रित करायचं हे ठरवता येण्याचं कौशल्य मैदानावर विजय मिळवून देतं.

मनाचं अंतर्गत जग, बाह्य जगाला दिशा देत असतं, नेहमीच.

शिक्षणातला सर्वांत मोठा अडसर म्हणजे अहंकार.

अहंकारामुळं आपल्यापेक्षा लहानांकडून माहिती घेणं टाळलं जातं.

'मला सगळं माहीत असलंच पाहिजे!'

'माझ्यात एवढं अडाणीपण कसं असू शकतं?'

'त्यांना न विचारता मला हे काम करता येणार नाही असं अजिबात नाही.' असे विचार मनात येत राहतात.

अहंकार हा एखाद्या बुडबुड्यासारखा असतो. तो फोडून बाहेरचं जग जाणून घेण्याऐवजी आपण तो बुडबुडा जपण्यामधे आपली शक्ती वाया घालवत राहतो.

अज्ञानाविषयी असलेलं ज्ञान ही शक्ती / आणि आपल्याला जे माहीत नाही त्याविषयी प्रश्न विचारून ते शिकून घेणं ही महाशक्ती.

तुम्ही जेव्हा तुम्हांला पाच वर्षांचा अनुभव आहे असं म्हणता तेव्हा तुम्ही पाच वर्षं वेगवेगळे अनुभव घेतलेले असतात की एकच अनुभव पाच वर्ष घेत राहिलेले असता?

वर्षानुवर्षं एकच गोष्ट करत राहिल्यानं अनुभवाची कमाई होत नसते. वेगवेगळ्या गोष्टी करून बघणं, सुरक्षित परिघाबाहेर जाऊन काम करणं, आपल्या ज्ञानावर अजिबात विसंबून न राहता ज्ञात असलेल्या गोष्टींविषयी आणखी जाणून घेणं यातून अनुभवाची समृद्धी येत जाते.

केवळ सवयीचं झालं म्हणून आरामात एखादं साचेबद्ध काम करत राहणं हा अनुभव होत नाही. त्यामुळं खरं तर तुम्ही अनुभव नाकारत असता.

तुमच्यासाठी आवश्यक आहे ते साचा तोडून, सुरक्षित वातावरणातून बाहेर पडणं. बस्स! अन्यथा असे सगळे साचे सुरक्षिततेच्या नावखाली तुमचं आयुष्य कठीण करणारे कैदखाने ठरतील.

म्हणूनच सुरक्षिततेतून बाहेर पडा.

मार्गदर्शकाचा शोध हा एक प्रवास आहे. प्रत्येकानं त्या प्रवासासाठी सज्ज झालं पाहिजे.

आपल्या मार्गदर्शनाचा सगळा भार कोणा एकाच व्यक्तीवर टाकू नका.

आयुष्यातल्या वेगवेगळ्या वळणांवर वेगवेगळे मार्गदर्शक मिळवा.

आपल्यापेक्षा वयानं आणि अनुभवानं श्रेष्ठ व्यक्तीच आपल्या मार्गदर्शक असल्या पाहिजेत असा विचार करू नका.

तुम्ही ज्या परिस्थितीतून जात आहात त्या परीस्थितीतून नुकत्याच गेलेल्या किंवा जात असलेल्या व्यक्तींकडं तुम्हांला सांगण्यासारखं बरंच काही असू शकतं.

तुम्ही जर तुमच्याहून खूप जास्त अनुभव घेतलेल्या व्यक्तींना मार्गदर्शक म्हणून निवडलं तर बऱ्याच गोष्टी तुमच्या हातून निसटून जातील. कारण तुम्हांला अपेक्षित गोष्टी त्या व्यक्तींसाठी इतक्या सामान्य असतील की त्यांना त्यावर स्पष्टीकरण देण्याची आवश्यकताही वाटणार नाही.

जर तुम्ही तुमच्या वयाचे आणि अनुभवाची शिदोरीही साधारण तुमच्याइतकीच असलेले मार्गदर्शक निवडलेत, तर ते तुमची समस्या समजू शकतील. त्या समस्यांमधले

महत्त्वाचे मुद्दे सांगू शकतील. आणि अशा वेळी त्यांनी काय केलं असतं याचा विचार करून लगेचच सल्लेही देतील. दहा वर्षांनंतर काय होईल याचा विचार ते करणार नाहीत.

आयुष्यातल्या वेगवेगळ्या घटकांसाठी, वेगवेगळे मार्गदर्शक आणि तेही एकाच वेळी निवडा. तुम्ही ज्या परिस्थितीतून जात आहात त्याच परिस्थितीतून जाणाऱ्या व्यक्ती मार्गदर्शक म्हणून निवडा.

बरेचदा लोक मार्गदर्शक अशा पद्धतीनं निवडतात की जणू काही ते एखाद्या मिशलीन स्टार रेस्टॉरेन्टमधून सँडविच विकत घेत आहेत. का? तर केवळ त्या रेस्टॉरेन्टला दहा वर्षांचा इतिहास आहे म्हणून!

मार्गदर्शक निवडणं हे सब-वे सँडविचसारखं असावं. ज्यात सगळं काही तुम्ही तुमच्या आवडीअनुसार ठरवू शकता.

"हे माझं काम नाही."

= 'स्टार्ट अप'चा अंत

= मोठ्या कंपनीसाठी जीवन

स्टार्ट अप ही एक छोटीशी कंपनी असते. त्यामुळं तिथं तुम्हांला अनेक भूमिका निभावाव्या लागतात.

पण तुम्ही जर तिथं 'हे माझं काम नाही,' असा विचार करत राहिलात तर कामंच होणार नाहीत. कारण कामाच्या सीमा नसलेली ती एक सीमित संस्था असते.

मोठ्या कंपनीमधे प्रत्येक जण आपापल्या कामामधे तज्ज्ञ असतो.

अशा एखाद्या मोठ्या कंपनीमधे 'हे माझं काम नाही' हा विचार फायदेशीर ठरू शकतो. कारण त्यामुळं ज्याचं काम त्यालाच योग्य प्रकारे करण्याची संधी मिळते.

'पॅशन' अर्थात 'तीव्र आवड' शोधावी लागत नाही.

तुम्हांला ती फक्त जोपासायची असते.

एखाद्या गोष्टीविषयी पॅशन असणं म्हणजे एका दिवसात एम.एफ.हुसेन, ए.आर.रेहमान किंवा सचिन तेंडुलकर होणं नाही.

पॅशन असेल तर ती आतून तुम्हांला हळूहळू त्या गोष्टीकडं ढकलत राहते, अगदी जोपर्यंत तुम्ही ती गोष्ट नियमितपणानं जोपासायला लागत नाही तोपर्यंत. मग ती चित्रकला असो, संगीत असो किंवा क्रिकेट.

पॅशन म्हणजे चिकाटी. कारण त्यामुळंच तर अनेकदा ती गोष्ट सोडून देण्याची परिस्थिती उद्भवली तरी तुम्ही ती सोडू शकत नाही.

पॅशन म्हणजे एखाद्या गोष्टीत बुडून जाऊन ती करत राहणं. त्यात तुम्ही किती कौशल्य मिळवलं आहे हे महत्त्वाचं नाही.

पॅशन म्हणजे कठोर मेहनतीसाठी सिद्ध होणं. कारण तसं न करणं जास्त कठोर ठरेल.

कित्येक लोक भावनांच्या आधारावर निर्णय घेत असतात. हे किती वेडेपणाचं आहे! खरं तर निर्णय हे एखाद्या एक्सेल शीटसारखे व्यवस्थित आखले गेलेले असावेत.

कित्येक लोक एक्सेल शीटसारखे आखीव-रेखीव निर्णय घेतात. हे किती वेडेपणाचं आहे! खरं तर त्यांनी भावनांवर आधारित निर्णय घ्यायला हवेत.

आर्थिक निर्णय एक्सेल शीट पद्धतीनंच घेतले गेले पाहिजेत.

पण लोकांविषयीचे निर्णय मात्र हृदयापासून, भावनांच्या आधारेच घेतले जावेत.

आपल्या सगळ्यांमधेच प्रश्न विचारण्याची क्षमता जन्मजात असते. कायम असते.

नंतर शाळा आणि पालक ती क्षमता नष्ट करून टाकतात.

लहानपणी त्यात काहीच अयोग्य नसतं.

पण जोपर्यंत आपल्या आसपासचे लोक, 'प्रश्न विचारणं अयोग्य आहे,' असं आपल्याला सांगत नाहीत तोपर्यंतच.

''मूर्खासारखे प्रश्न विचारू नकोस.''

''गप्प बस.''

''बुद्धू आहेस!!''

'चूक!'

प्रश्न विचारणं योग्य आहे.

अधिक काही जाणून घेण्याची खरीखुरी जिज्ञासा असणं योग्य आहे.

इतरांना कितीही 'बुद्धूपणा'चं वाटलं तरीही ते योग्यच आहे.

प्रश्न विचारणं ठीक नाही असं वाटून तुम्ही स्वत:ला गप्प केलं असेलही कदाचित. पण ज्या जगात लोक स्वत:ला 'बुद्धू' म्हटलं जायच्या भीतीनं गप्प राहतात तिथं विविध

गोष्टी जाणून घेण्याची ऊर्मी जोपासत राहणं हे जास्त योग्य आहे.

एकदा तुम्ही यशस्वी झालात की लोकांना केवळ तुमचं यशच दिसतं.

आणि जर तुम्ही अपयशी झालात तर केवळ अपयशच दिसतं.

त्यांना तुमचा प्रवास दिसत नाही; तो केवळ तुम्हीच पाहू शकता. आणि याच प्रवासात तुम्ही खऱ्या अर्थानं आयुष्य जगलेले असता.

त्या 'प्रचंड यशा'मागची अनेक अपयशं कोणालाच दिसत नाहीत.

'अपयश' येऊनही यश मिळवण्यासाठी तुम्ही तुमच्या सवयींवर कशी मात केलीत आणि कामाच्या पद्धती कशा बदलत गेलात हे कोणीही बघत नाही. कारण त्यांच्यासाठी महत्त्वाचा असतो केवळ अंतिम परिणाम, तुमचं अपयश. यश आणि अपयशाच्या या प्रवासात होणारी तुमची जडणघडण जास्त महत्त्वाची असते.

ती अन्य कोणालाही समजू शकत नाही.

केवळ तुम्हीच ती समजू शकता.

म्हणूनच जसे आहात तसे राहा. कारण तेच तुमचं खरं आयुष्य आहे. यश आणि अपयश हे तुमच्या कृतींचे

परिणाम होते. तुम्ही काय केलंत आणि त्यातून कसे घडलात हेच खरं आयुष्याचं सार आहे.

'यश आणि अपयश' ही केवळ ठिकाणं आहेत. तिथं पोहोचताना तुम्ही तुमच्या हृदयात काय संचित साठवत जाता, ते महत्त्वाचं.

तुम्ही जर नेहमी 'लोक काय म्हणतील' हा विचार करत राहिलात तर कायम लोकांना जे हवं तेच करत राहाल.

तुम्ही घेतलेले निर्णय लोकांना आवडतील की नाही याचा विचार करत राहिलात तर लोकांना आवडतील असेच निर्णय घेत राहाल.

तुम्ही जर लोकांच्या मतांना महत्त्व दिलं नाहीत तरच तुम्ही स्वत:ला जे हवं ते करू शकाल.

लोक आपल्याविषयी काय बोलतील याचा विचार करत राहणं म्हणजे एखाद्या तुरुंगात बंदिस्त होऊन जगणं. हा एक असा तुरुंग आहे जिथं गज फक्त तुमच्या समोर आहेत. बाकी बाजू खुल्या आहेत. तरीही तुम्ही त्या बाजूंनी बाहेर पडण्याऐवजी त्या गजांच्याच मागे राहू इच्छिता आहात.

त्या गजांबाहेर येण्याचा एक सोपा मंत्र हवाय? *मग स्वत:ला विचारा: 'मला' काय हवं आहे?*

आपल्या आयुष्यात घडणाऱ्या
बऱ्याचशा गोष्टी ठरवणारी तीन नाती–

- आपलं पैशांबरोबर असलेलं नातं.

- आपलं वेळेशी असलेलं नातं.

- आपलं आपल्याशी असलेलं नातं.

एखाद्या सीएकडून कोणी रंगीबेरंगी 'रेझ्युमे'ची (स्वतःची माहिती) अपेक्षा करणार नाही.

एखाद्या संगीतकाराकडून कोणी एक्सेल शीट प्रपोजलची अपेक्षा करणार नाही.

किंवा एखाद्या इंजिनिअरकडून कोणी दृकश्राव्य रेझ्युमेची अपेक्षा करणार नाही.

कारण त्यांनी असं काही करावं याची अपेक्षाच नसेल!

साचेबद्धपणा मोडून काही वेगळं करणं हा लक्ष वेधून घेण्याचा उत्तम मार्ग असतो.

तुमच्या रेझ्युमेमधे 'आपला रेझ्युमे कसा असायला हवा' यापेक्षा 'आपण कसे आहोत' हा विचार असला तर तुमच्या बाबतीत कंपन्या दोन प्रकारे विचार करतील –

- त्यांना ते आवडणार नाही.
- किंवा तुम्ही त्यांच्या लक्षात राहाल.

या दोन्ही गोष्टी चांगल्याच आहेत. कारण यावरूनच समजेल की आपल्यासाठी कोणती कंपनी योग्य आहे किंवा कोणत्या कंपनीबरोबर आपण काम करायचं नाही.

'जर मला नाकारलं गेलं तर?' अशी भीती असू शकते. पण समजा, जिथं तुम्ही जसे आहात तसेच अपेक्षित असाल आणि तिथं जर तुम्ही साचेबद्ध बेगडी रेझ्युमे पाठवला असला तर?

आपण जसे आहोत तसंच व्यक्त होणं हा लक्ष वेधून घेण्याचा सोपा मार्ग आहे. बऱ्याच लोकांना याची भीती वाटते. आणि म्हणूनच बरेचसे लोक असं खरं वागायचं धाडस दाखवत नाहीत.

चौकटीबाहेर जाऊन काही करताना काही काळ तडजोडी कराव्या लागू शकतात.

पण आयुष्यभर साचेबद्ध पद्धतीनं जगताना पदोपदी तडजोडी करत राहावं लागतं.

तुम्ही स्वत: स्वत:साठी ठरवलेल्या मार्गानं मार्गक्रमण करणं भीतिदायक आणि अडचणीचं असेलही.

पण त्याहूनही भीतिदायक काय असेल माहीत आहे? सगळे जण ज्या मार्गावरून जात आहेत त्याच मार्गावरून जात राहणं आणि आपल्याला तर या मार्गानं जायचंच नव्हतं हे खूप उशिरानं लक्षात येणं.

परंपरांच्या शृंखला तोडून आपल्याला जे हवं तेच करणं खरोखरंच खूप कठीण आहे. पण स्वत:साठी स्वत: मार्ग निवडणं, त्यामुळं आयुष्यभर मनासारखं करता न आल्याची खंत नसणं आणि जे हवं ते मिळवल्याचा आनंद गवसणं हे साध्य होतं. केवळ परंपरांच्या चौकटी मोडल्यानं आणि चाकोरीत न अडकल्यानं हे घडू शकतं.

तुम्ही जसे आहात तसेच व्यक्त व्हाल आणि त्यासाठी कदाचित वर्षभर स्वत:ला दूषणं देत राहाल.

किंवा तुम्ही अन्य कोणीतरी होऊन जगाल आणि त्यामुळं आयुष्यभर स्वत:चं प्रतिबिंबही टाळत राहाल.

यातला पहिला मार्ग हा अडथळे ओलांडण्यासाठीचा सोपा स्प्रिंगबोर्ड ठरणार असेल तर मग दुसरा मार्ग निवडायचाच कशाला?

कौशल्य प्राप्त करत असताना प्रतिष्ठा
मिळवणंही तितकंच महत्त्वाचं असतं.

तुम्ही लोकांना तुमच्याविषयी असा
विचार करायला भाग पाडलं पाहिजे की,
'हे काम त्या व्यक्तीला येतं की नाही याची मला
खात्री नाही. पण जर तिला हे काम दिलं तर
ते कसं करायचं हे ती नक्कीच शोधून काढेल.
माझा तिच्यावर विश्वास आहे.'

मी माझ्या विशीत केलेल्या चुका–

पहिली चूक–

मी शिक्षण घेत राहिलो, कारण त्यात मला चांगली गती होती. पण त्यात मला आनंद मिळतो आहे का, हे मी स्वत:ला कधीच विचारलं नाही.

तुम्ही एखाद्या गोष्टीमधे चांगले आहात म्हणून केवळ ते करताना तुम्हांला आपोआप आनंद मिळेल असं नाही.

दुसरी चूक–

सिगरेट ओढणारे, दारू पिणारे किंवा प्रत्येक वीकेन्डला पार्ट्या करणारे लोक मला भले वाटत नसत.

मला ते लोक आयुष्यात हरलेले आणि जगावर भार होऊन राहिलेले वाटत असत.

पण तुम्ही काय करताना दिसता, यापेक्षा मुळात तुम्ही कसे आहात यावर तुमची ओळख ठरते.

तिसरी चूक–

हातात छान दिसतील अशी पुस्तकं मी वाचत असे. पण त्यातून मी काय घ्यायचं हे ती पुस्तकं वाचल्यावरही कित्येक वर्षं मला उमगलं नव्हतं.

तुमच्या बरोबर कोण आहे यावरून तुम्ही लोकांच्या लक्षात राहत नाही.

तर तुम्ही ज्यांच्या बरोबर आहात त्यांच्यामुळं तुम्ही कसं घडलात हे लक्षात ठेवलं जातं.

चौथी चूक–

दु:खात असलेल्या प्रत्येकाला मदत करणं हे मी माझं नैतिक कर्तव्य समजत असे.

...आणि जर तरीही ते दु:खीच राहिले तर मी स्वत:ला दोष देत असे.

पण स्वत:च स्वत:चा आनंद जपणं हा तुम्ही स्वत:ला आणि इतरांना दिलेला सर्वांत चांगला उपहार आहे.

पाचवी चूक–

मला वाटत असे की पैशांची कमतरता हेच आमच्या सर्व कौटुंबिक समस्यांचं मूळ आहे.

त्यामुळं आमच्याकडं भरपूर पैसे आले की मग आम्हांला कोणतीही समस्या नसेल.

खरं तर आपल्याला जे हवं ते मिळालं की सगळं कसं छान होईल, असं म्हणत आपणच आपल्याला समजवत राहणं हीच आपली समस्या असते.

सहावी चूक–

मला वाटत असे की श्रीमंतांघरच्या मुलांना सर्व गोष्टी सहज उपलब्ध होत असतात. त्यांना संघर्ष माहीतच नसतो आणि त्यामुळं ते खंबीर होत नाहीत.

त्यांना मिळणाऱ्या सुखसुविधांमुळं त्यांचं नुकसान होतं.

खरं तर आपलं नुकसान सुखसुविधांमुळं होत नाही.

आपलं नुकसान होतं ते आपल्याला मिळणाऱ्या सुखसुविधांविषयी आपल्याला जाणीव नसल्यानं.

सातवी चूक–

मी अरबट चरबट खात असे, वाटेल तेव्हा झोपत असे, अजागळासारखा उठत-बसत असे. आणि 'उद्यापासून याकडं नीट लक्ष द्यायचं,' असं सतत स्वत:ला बजावत असे.

आता तुम्ही जे आहात आणि पुढं तुम्हांला जे घडायचं आहे यातलं अंतर म्हणजे स्वत: स्वत:ला दिलेल्या सबबी.

आठवी चूक–

लोकांना खूश करण्यासाठी मी कसोशीनं प्रयत्न केले. मला वाटत असे की मी त्यांना आवडावं, त्यांनी मला मान द्यावा, माझ्याविषयी सन्मानानं बोलावं.

पण तुमचा आनंद जर अशा इतरांच्या मान्यतांवर आधारित असेल तर याचा अर्थ तुमचा आनंद तुमच्या नियंत्रणात नसलेल्या गोष्टींवर अवलंबून आहे.

नववी चूक–

मी काही कर्ज घेतली.

कारण तेव्हा माझ्याकडं पैसे नव्हते.

आणि मी स्वत:ला सांगत राहिलो की, भविष्यात आपल्याकडं पैसे येतील त्यामुळं आता कर्ज घेतलं तर काय हरकत आहे.

जर तुमच्याकडं आत्ता खर्च करण्यासाठी पैसे नसतील तर मान्य करा की तुमच्याकडं पैसे नाहीत.

दहावी चूक–

मानसशास्त्र, व्यावसायिक मूल्य किंवा मानव संसाधन यांसारखे विषय आवश्यक आहेत किंवा महत्त्वाचे आहेत असं मला वाटत नसे.

व्यवसाय म्हणजे फक्त पैसा आणि विक्रयकला.

पण खरं तर व्यवसाय फक्त माणसांशी संबंधित असतो. तुम्ही त्यांना किती ओळखता आणि त्यांना कसं वागवता यावर अवलंबून असतो.

अकरावी चूक–

मला वाटत असे की मी जर प्रभावीपणं आणि आत्मविश्वासानं बोललो तर माझ्याकडं माहिती कमी असली तरी चालून जाईल.

पण व्यासपीठावर तुम्ही सोंग आणू शकत नाही.

तुमच्या मनात काय चाललं आहे हे प्रेक्षकांना सहज समजतं.

बारावी चूक–

जर लोक त्यांच्या समस्या घेऊन माझ्याकडं आले तर मी त्यांना वेळ द्यावा इतक्या त्यांच्या समस्या महत्त्वाच्या आहेत की नाही हे ठरवणं माझं काम होतं.

आणि जर त्या तितक्या महत्त्वाच्या असतील तर त्या सोडवणं हे माझं काम होतं.

पण एखाद्याविषयी मनात काहीही पूर्वग्रह न बाळगता, अलिप्तपणं त्याचं म्हणणं ऐकून घेणं हीच त्या व्यक्तीसाठी एक मौल्यवान भेट असू शकते.

तेरावी चूक–

मला वाटत असे की मला एका योजना आखणं आवश्यक आहे.

आयुष्यात काहीही मिळवायचं असेल तर त्यासाठी योजना आखणं हाच एकमेव मार्ग आहे.

तुमच्याकडं एखादी योजना नसेल तर तुम्हांला काहीच मिळवणं शक्य होणार नाही.

पण काहीही योजना नसणं आणि त्यामुळं काहीही न अडणं हीच एक मस्त योजना आहे.

चौदावी चूक–

मी आसपास पाहिलं तेव्हा लक्षात आलं की सर्व गोष्टी आपलं आयुष्य सुखासीन करण्याच्या उद्देशानं तयार केल्या गेल्या आहेत.

आणि म्हणून माझा असा समज झाला की आयुष्य सुखासीन करणं हेच आयुष्याचं ध्येय आहे.

पण तुम्ही कोण आहात आणि तुम्ही कोण होऊ शकता यातला फरक जाणून घ्यायचा असेल तर हा सुखासीनतेचा सापळा टाळायला हवा.

पंधरावी चूक–

जर मी काही बोललो, काही लिहिलं, इतरांना काही सांगितलं आणि त्यांनी त्याकडं लक्ष दिलं नाही, त्याला प्रतिसाद दिला नाही, त्यावर प्रतिक्रिया दिली नाही तर मला नाकारलं गेल्यासारखं वाटत असे.

पण कोणीही तुम्हांला त्यांचा वेळ आणि पैसा देणं लागत नसतं. तुम्ही तो दररोज, तुमच्या कामातून कमवायचा असतो.

सोळावी चूक–

मला लवकरात लवकर पैसे कमवायचे आहेत. माझ्या आईवडिलांसाठी एक घर घ्यायचं आहे. ती नव्या मॉडेलची कार घ्यायची आहे. फिरायला जायचं आहे. बरंच काही करायचं आहे. म्हणून मला लवकरात लवकर पैसे कमवायचे आहेत.

पैशांनी तुम्ही वस्तू विकत घेऊ शकता. पण पैशांनी मिळणारी सर्वांत मोठी गोष्ट म्हणजे मुक्ती.

मुक्ती... या वस्तूंपासूनचीही.

सतरावी चूक–

माझा असा समज होता की, जर तुम्ही खूप कष्ट केलेत, खरोखरीच खूप कष्ट– तर परिणामस्वरूप अखेरीस तुम्ही जिंकता.

केवळ कष्ट करणं महत्त्वाचं.

पण तुम्ही किती कष्ट करता हे जितकं महत्त्वाचं तितकंच तुम्ही कशासाठी कष्ट करता हेही महत्त्वाचं.

कारण कष्ट तर गाढवसुद्धा करतंच.

पण चातुर्यानं काम करणं हाच गाढव आणि माणूस यांच्यातला फरक आहे.

अठरावी चूक–

मी उशिरा सुरुवात केली म्हणून स्वत:ला दोष देत होतो.

एकोणतिसाव्या वर्षी माझ्याकडं नोकरी नव्हती, पैसे नव्हते आणि भविष्यासाठी काही योजना किंवा काही विचारही नव्हता.

मला आठवतंय, मार्क झुकेरबर्गकडं बघून मला हताश वाटत असे.

खरं तर प्रत्येक जण वेगवेगळ्या स्पर्धांमधे उतरलेला असतो.

खरं तर आपण स्पर्धेतच नसतो.

आपण आपापल्या मार्गानं जात असतो.

कोणी चालत असतं तर कोणी धावत असतं.

एकोणिसावी चूक–

मला वाटत असे की माझ्या कामानं माझ्याविषयी बोलावं.

मी जर चांगलं काम केलं तर ज्यासाठी मी पात्र आहे आणि जे मला हवं आहे ते मला मिळेल.

म्हणून मला जे हवं होतं ते मी कधीच मागितलं नाही!

जर तुम्ही मागितलं नाहीत, तर उत्तर नेहमी 'नाही' हेच असेल.

माझ्या विसाव्या वर्षापर्यंत माझ्या आयुष्यात जे काही घडलं त्यातलं नव्वद टक्के केवळ नशिबानंच घडलं.

त्या वेळी मी केवळ योग्य वेळी योग्य ठिकाणी पोहोचल्यानं नशीबवान ठरलेली एक व्यक्ती होतो.

त्याविषयी मी कृतज्ञ आहेच, पण असंही वाटतं की तेव्हा जर मी अजून काही जाणू शकलो असतो तर बरं झालं असतं.

आता मला समजलं आहे की आपल्या विशीच्या काळात स्थैर्य मिळवण्यासाठी धडपडण्याऐवजी आपण स्वत:चा जास्तीतजास्त शोध घ्यायला हवा.

शक्य तितक्या जास्तीतजास्त लोकांना भेटा, शक्य तितकी वेगवेगळी कामं करून बघा, शक्य तितके वेगवेगळे मार्ग चोखाळून बघा.

तुम्हांला कशामधे गती आहे आणि कशामधे आनंद मिळतो आहे ते शोधून काढा.

आणि मग तिशीमधे त्यावर काम करा.

माझ्या विशीतला मी आठवलो की माझी मलाच लाज वाटते.

आत्मविश्वास नसलेला, लोकांना खूश करण्यासाठी धडपडणारा, वाढलेल्या वजनाचा, एकाच गोष्टीत अडकून राहिलेला, आर्थिक बाजू कमजोर असलेला आणि एकांगी मत असणारा मुलगा होतो मी.

पण मी तसा होतो हे बरंच झालं.

कारण आपण कसं नसावं, हे आता मला समजलं आहे.

''मला वाटतं की, प्रत्येक व्यक्तीला श्रीमंत आणि प्रसिद्ध होता यायला हवं, त्यांनी जे काही मिळवायची स्वप्नं पाहिली असतील ती सगळी स्वप्नं खरी व्हायला हवीत. तरच त्यांना समजेल की आपल्याला जे हवं होतं ते हे नाही.''

–जीम कॅरी

मी माझ्या तिशीत केलेल्या चुका

पहिली चूक–

मी अशा लोकांना नियुक्त केलं जे मोठ्या घरातले होते आणि ज्यांच्या रेझ्युमेमधे मोठमोठ्या गोष्टी लिहिलेल्या होत्या. माणूस म्हणून ते कसे होते याचा विचार मी केलाच नाही.

त्यांच्या पदव्या त्यांना यश मिळवून देतील असा माझा समज होता.

मला समजलं की एक व्यावसायिक म्हणून पुढं जाताना आपलं यश आपल्या ज्ञानावर नाही, तर आपण लोकांशी कसं वागतो यावर ठरतं.

दुसरी चूक–

मी स्वतःला समजावलं होतं की नातेसंबंध सांभाळणं ही सवडीनं करायची गोष्ट आहे.

आईवडिलांशी संवाद साधणं सवडीनं केलं जाऊ शकतं.

पत्नीला आणि मुलांना 'आय लव्ह यू' म्हणणं सवडीनं होऊ शकतं.

फोन बाजूला ठेवून त्यांच्या बरोबर वेळ घालवणं सवडीनं केलं जाऊ शकतं.

मी स्वतःला समजावलं होतं की, सध्या यासाठी माझ्याकडं वेळ नाही.

पण वेळ हीच सगळ्यांत जास्त महत्त्वाची गोष्ट आहे.

बाकी गोष्टी सवडीनं होऊ शकतात.

तिसरी चूक–

सर्व लोकांशी मी एकाच पद्धतीनं वागत असे.

माझ्या पद्धतीनं.

अशी पद्धत जी माझ्यासाठी सोपी होती, माझ्यायोग्य होती, माझ्यासाठी सहज शक्य होती.

नेतृत्व ही एकच अशी गोष्ट आहे जिचं परिमाण आकारात करता येत नाही.

आपण जितके मोठं होत जाऊ तितकं नेतृत्व सांभाळणं आपल्यासाठी आव्हानात्मक होत गेलं पाहिजे.

कारण व्यक्ती तितक्या प्रकृती.

सगळे लोक तुमच्यासारखे नसतात!

चौथी चूक–

मला वाटलं होतं की दुसरं मूल होऊ देणं म्हणजे आपली वाट लावून घेणं.

वडील म्हणून आपल्या मुलाला वेळ देता आला नसता तर मला जास्त अपराधी वाटलं असतं.

पण जेव्हा तुम्हांला अन्य कोणाचा आधार मिळत नाही तेव्हा भावंडंच सर्वकाही असतात.

आणि तीही न मागता मिळालेली असतात. तुमच्या मातापित्यांनी तुम्हांला दिलेली ती भेट असते.

पाचवी चूक–

मी जी काही गुंतवणूक केली ती जमीनजुमला/रिअल इस्टेट आणि स्टार्ट-अप्ससारख्या पटकन सोडवता न येण्याऱ्या मालमत्तेमधे केली.

...आणि जेव्हा आम्ही आर्थिक संकटात सापडलो तेव्हा आम्हांला शहरी गरिबी अनुभवावी लागली.

दोन वेळची भूक भागवण्यासाठी दागिने विकावे लागले.

चेक लिहून देणं खूप सोपं आहे.

मात्र त्याद्वारे पैसे मिळायला हवेत. ती खरी गुंतवणूक!

सहावी चूक–

मला असं वाटत असे की प्रत्येकासाठी यशाची व्याख्या आणि प्रेरणा एकच असते.

ती म्हणजे प्रतिष्ठा, सन्मान आणि इतरांसाठी प्रोत्साहन.

पण यशाची व्याख्या प्रत्येकासाठी वेगळी असते. आणि जर तुमचं काम इतरांना यशस्वी होण्यासाठी प्रेरक ठरलं तरच ते तुमचं यश आहे असं समजा.

सातवी चूक–

आमच्या पहिल्या अपत्याचा जन्म झाल्यावर मला वाटलं होतं की माझी सहचारिणी आता माझी न राहता केवळ

माझ्या मुलाची आई होऊन गेली आहे.

मला माझ्या मैत्रिणीची, माझ्या विश्वासू साथीदाराची कमतरता भासू लागली.

कारण ती सतत आमच्या मुलाच्या मागे-मागे असायची.

जर आईवडील दोघांनी मिळून मुलांचं संगोपन केलं तरच त्यांच्यातले बंध टिकून राहतात.

आठवी चूक-

'नियरबाय' सुरू केल्यावर मला मिळणारे पुरस्कार एकदम थांबले. त्याचं मला वाईट वाटलं.

'ग्रूप ऑन'चा सोपा जॉब करत असताना मात्र माझ्याविषयी बरंच बोललं जात असे.

पण जेव्हा मी सगळ्यांत जास्त मेहनत करत होतो तेव्हा मात्र ते कोणाच्याही लक्षात आलं नाही.

पुरस्कार आपल्यासाठी नसतात.

ते आपल्या पदासाठी असतात.

नववी चूक-

मला वाटत असे की 'व्हेंचर कॅपिटॅलिस्ट' (भांडवल पुरवठादार) हे कंपनीच्या संस्थापकाबरोबर मिळून व्यवसाय उभारत असतात.

...आणि त्यामुळं दोघांचेही उद्देश एकसारखेच असतात.

पण 'व्हेंचर कॅपिटॅलिस्ट' हे एखाद्या व्यवसायामधे त्यांच्या उद्देशाअनुसार येतात आणि जातात.

आणि त्यामुळं परिणामत: संस्थापक आणि ‘व्हेंचर कॅपिटॅलिस्ट’ यांच्यामधे विवाद होतात.

दहावी चूक–

माझी खात्री होती की मी उद्योजक झालो तर आर्थिक दृष्टीनं सक्षम होईन.

मी खोऱ्यानं पैसा ओढेन आणि अब्जाधीश होईन.

कोणताही व्यवसाय केवळ पैसा मिळवण्याच्या दृष्टिकोनातून सुरू करू नका.

तेवढा पैसा एखाद्या ‘बोअरिंग’ प्रोफेशनल करिअरमधून मिळण्याची शक्यता जास्त असते.

अकरावी चूक–

मला वाटत होतं की मी लोकांना माझ्या कंपनीतून काढून त्याऐवजी त्यांना दुसरा जॉब मिळवून दिला तर त्यांना चालेल.

पण नाही!

लोकांना कमी केलं जाण्याचा संबंध त्यांच्या जॉबपेक्षा जास्त त्यांच्या आत्मसन्मानाशी जोडला जातो.

बारावी चूक–

माझी आधीची जीवनशैली होती तशीच ठेवण्यासाठी मी माझ्या क्रेडिट कार्डचा जास्तीतजास्त वापर केला,

मित्रांकडून पैसे उधार घेतले आणि माझी देणीही लांबवली. मला वाटलं होतं की जीवनशैलीचा स्तर कमी होणं हे अपयशी होण्याचं लक्षण आहे.

पण खरं तर आपल्या जीवनशैलीच्या आधारावर आपल्या यशाचं मोजमाप करणं हेच अपयशाचं लक्षण आहे.

तेरावी चूक–

मला वाटलं होतं की मार्गदर्शन कोणालाही नको असतं. प्रत्येकाला आपल्या मनाप्रमाणं काम करायचं असतं, तर करू द्यावं.

हे खरं नाही.

नव्वद टक्के लोकांना मार्गदर्शन हवं असतं. त्यांनी काय करायला हवं हे त्यांना सांगणारं कोणीतरी हवं असतं. त्यानंतर ते चांगलं काम करायला लागतील.

पण त्यांना फक्त मार्गदर्शन हवं असतं. संपूर्ण व्यवस्था लावून देणं अपेक्षित नसतं.

चौदावी चूक–

भविष्याविषयी कोणताही निर्णय घेताना जाणीवपूर्वक विचार करण्याऐवजी मी माझ्या तर्कहीन आशावादाला प्राधान्य दिलं.

प्रत्येक गोष्टीत 'सगळं काही ठीक होईल,' हा दृष्टिकोन ठेवला.

पण आशा हे व्यावहारिक धोरण असू शकत नाही.

माझ्या विशीच्या काळात मी पीएचडी सोडली, एमबीए पूर्ण केलं, सल्लागार म्हणून काम करत भरपूर कमाई केली, उद्योग सुरू करून त्यात यश मिळवलं, नंतर संस्थापकांमधेच विवाद उद्भवल्यामुळं तो सोडून द्यावा लागला.

एकोणतिसाव्या वर्षी माझ्याकडं काहीही काम नव्हतं. पैसा नव्हता. काही योजना नव्हत्या. काहीच स्पष्ट नव्हतं.

पण त्या काळात मी खूप काही शिकलो.

माझ्या तिशीत मी दोन व्यवसाय सुरू केले, पैसा उभारला, माणसं कमी केली, माझ्यासाठी आणि माझ्या गुंतवणूकदारांसाठी काहीही शिल्लक ठेवलं नाही, गरिबी अनुभवली आणि एक चांगला पिता म्हणून स्वत:ला सिद्ध करू शकलो नाही.

एकोणचाळिसाव्या वर्षी पुन्हा एकदा माझ्याकडं काही काम नव्हतं, पैसा नव्हता, काही योजना नव्हत्या. काहीच स्पष्ट नव्हतं.

पण माझ्याकडं अन्य पर्यायच नव्हता.

मी केलेल्या चुका आणि माझ्यावर त्यांचे झालेले परिणाम या बाबतीत बोलायचं तर सुदैवानं माझा तिशीचा काळ, माझ्या विशीपेक्षा बराच बरा होता.

आयुष्यात खरंच काय महत्त्वाचं आहे हे एक दशक उलटल्यानंतर मला जाणवलं.

माझ्यासाठी पैसा, प्रसिद्धी किंवा प्रतिष्ठा ही महत्त्वाची नव्हती. तर जग माझ्याविषयी काय विचार करेल याची भीड न बाळगता मला जे हवं ते करू शकण्याची माझी क्षमता माझ्यासाठी महत्त्वाची होती.

यशाच्या या टप्प्यावर येईपर्यंत मी अनेक चुका केल्या.

आणि तरीही मी स्वत:ला भाग्यवान समजतो.

कारण जर मी त्या चुका केल्या नसत्या तर आजही मी पाच वर्षांच्या मुलाइतकी समज असलेला एकेचाळीस वर्षांचा एक अजाण प्रौढ राहिलो असतो.

स्वत:च्या चुकांचा बारकाईनं विचार करत गेल्यानं मी स्वत:ला जास्त समजून घेत गेलो.

हा चमत्कार तुमच्या बाबतीतही घडेल अशी मला आशा आहे.

माझ्या अपयशांची यादी–

२०२१ मधे मी एकेचाळीस वर्षांचा झालो.

मला न मिळवता आलेल्या गोष्टींची यादी मी इथे देत आहे.

माझ्या अपयशांची यादी–

आयआयटीमधे प्रवेश घेणं हे माझं स्वप्न होतं.

मी बारावीमधे असताना त्यासाठी प्रयत्न केला होता.

पण नाही जमलं.

मी माझ्या स्वप्नाच्या जवळही पोहोचू शकलो नाही.

तोपर्यंतच्या आयुष्यात पहिल्यांदाच मी माझ्या वडिलांना रडताना पाहिलं.

मला वाटतं माझं आयआयटी होणं, हा त्यांना आमच्या आर्थिक अडचणींमधून बाहेर पडण्याचा उपाय वाटला असावा.

माहीत नाही.

त्या दिवशी ते का रडले हे मी त्यांना कधीच विचारलं नाही.

मी कोणत्या अभियांत्रिकी महाविद्यालयातही जाऊ शकलो नाही.

मला तिथं जायची इच्छा होती याचं कोणाला काही वाटलंही नाही.

म्हणून मग मी ठरवलं की तीन वर्षांची बीएस्सी पदवी घ्यायची, सेंट स्टीफन्समधून.

पण मुलाखतीच्या फेरीतच मला नाकारलं गेलं.

डॉ. विल्सन म्हणाले, ''तुला भौतिकशास्त्र जमेल असं मला वाटत नाही.''

महाविद्यालयाच्या पहिल्या वर्षात असताना मी पुन्हा एकदा आयआयटीसाठी प्रयत्न केला.

पण जमू शकलं नाही.

मी माझ्या स्वप्नाच्या जवळही पोहोचू शकलो नाही.

या वेळी कोणीही रडलं नाही.

मीसुद्धा नाही.

कदाचित मला आधीपासूनच त्याची कल्पना होती.

महाविद्यालयीन शिक्षण संपल्यावर मी भौतिकशास्त्रामधे मास्टर्स डिग्री घेण्यासाठी आयआयटीमधे जाण्याचं ठरवलं.

परीक्षा दिली.

पण आयआयटी, कानपूरव्यतिरिक्त कुठंच मला संधी मिळाली नाही. कानपूरला मला मुलाखतीसाठी बोलावलं गेलं.

डॉ. एच. सी. वर्मांनी मला प्रश्न विचारला.

पण उत्तराची सुरुवात कशी करायची हेसुद्धा मला समजलं नाही.

मी त्यांची क्षमा मागून तिथून बाहेर पडलो.

भौतिकशास्त्रामधे पीएच.डी.साठी मी अमेरिकेतल्या विश्वविद्यालयांमधे अर्ज करू लागलो.

प्रिन्स्टन या सर्वोच्च विश्वविद्यालयात प्रवेश घेण्याची माझी इच्छा होती.

मी एकूण सात विश्वविद्यालयांमधे अर्ज केले.

महिनाभरातच त्यांतल्या सहा विश्वविद्यालयांनी मला नाकारलं. त्यामुळं ज्या विश्वविद्यालयानं मला स्वीकारलं तिथं मी प्रवेश घेतला.

एका विशिष्ट अभ्यासक्रमाची अंतिम परीक्षा होती.

प्राध्यापकांनी एका प्रमेयामागचा कार्यकारणभाव विचारला.

मी जे रटलं होतं ते सगळं भडाभडा बोलून टाकलं.

एकही चूक केली नाही.

प्राध्यापक म्हणाले,

''आतापर्यंत हे कोणाच्याही इतकं चांगलं लक्षात राहिलेलं पाहिलं नाही. पण तुला यातलं नक्की समजलं किती?''

मी पीएच.डी. सोडली.

भारतामधे परत आलो.

सगळे जण निराश झाले होते.

मी चोवीस वर्षांचा होतो.

ना पैसा,

ना काही योजना,

ना कोणती दिशा,

ना करिअर,

ना शिक्षण.

मग मी दिशा बदलण्यासाठी एमबीए करायचं ठरवलं.

आयआयएममधे प्रवेश मिळवण्यासाठी सीएटी परीक्षा दिली.

पण मुलाखतीच्या फेरीमधे कुठंही उत्तीर्ण होऊ शकलो नाही.

कुठंच नाही!

इंडियन स्कूल ऑफ बिझनेस (आयएसबी) मधे प्रवेश घेतला. (तो का आणि कसा, हे आजपर्यंत मला समजलेलं नाही.)

तोपर्यंत अभिमान वाटावा असा कामाचा काहीच अनुभव नसल्यानं मी विचार केला की आता सल्लागार/कन्सल्टंट म्हणून काम करावं. त्यातून बराच अनुभव मिळेल.

मी सर्व कन्सल्टिंग फर्म्समधे अर्ज केले.

बोस्टन कन्सल्टिंग ग्रूप (बीसीजी) आणि एटी केर्ने व्यतिरिक्त सर्व ठिकाणी मी नाकारला गेलो.

बीसीजीमधे मुलाखतीसाठी गेलो.

मुलाखत संपताना मुलाखत घेणारा म्हटला, ''आजच्या या मुलाखतीसाठी तू स्वत:ला पाचपैकी किती गुण देशील?''

''मला वाटतं, पाचपैकी दोन.''

'सहमत.' तो म्हटला.

कन्सल्टिंगमधल्या माझ्या पहिल्या प्रोजेक्टमधे मला एका बांधकाम व्यावसायिकासाठी एक तपशीलवार व्यावसायिक योजना तयार करायची होती.

मला आकडेमोड करायचा वैताग येत असे.

त्यामुळं माझं ते काम नीट झालं नाही.

प्रत्येक ड्राफ्टमधे चुका होत्या.

''जर मी तुझ्या कामावर विश्वास ठेवू शकत नसेन तर तू कितीही हुशार असलास तरी त्या हुशारीला काही अर्थ नाही.'' माझ्या व्यवस्थापकानं मला शेरा दिला.

त्यानंतर मी एमबीएमधल्या माझ्या एका सहाध्यायाच्या स्टार्ट-अपमधे सहसंस्थापक म्हणून काम करू लागलो.

मी तंत्रज्ञानाचा वापर केला नाही. वेळेचं व्यवस्थापन केलं नाही. माझ्या चुका स्वीकारल्या नाहीत. माझ्या कामाविषयीच्या प्रतिक्रिया जाणून घेतल्या नाहीत. मी काही चूक करतो आहे असं मला वाटलंच नाही.

वर्षभरानंतर त्यानं मला कामावरून काढून टाकलं.

त्यानं योग्य तेच केलं.

मी एकोणतीस वर्षांचा होतो.

ना पैसा,

ना काही योजना,

ना कोणती दिशा.

मी नोकरी करायचं ठरवलं. मला वाटलं की प्रॉडक्ट मॅनेजमेंटचं (उत्पादन व्यवस्थापन) काम माझ्यासाठी योग्य असेल.

मी गुगल आणि फेसबुकमधे अर्ज केले.

दोन्ही ठिकाणांहून मला काहीच उत्तर आलं नाही.

मी स्वत:चा उद्योग सुरू करायचं ठरवलं.

अन्न–उद्योग.

इंडियन एंजल नेटवर्क, मुंबई एंजल्स आणि इलेव्हन हाय नेट–वर्थ इंडिव्हिज्युअल्स या ठिकाणी संपर्क साधून पाहिलं.

सगळ्यांनी माझी कल्पना धुडकावून लावली.

त्या वेळी मला स्वत:लाच धुडकावलं गेल्यासारखं वाटलं.

'ग्रुपॉन'ची काही एपीएसी मार्केट्स चालवायची संधी मिळाली.

प्रतिनिधित्व कसं करायचं असतं हे मला माहीत नव्हतं.

दूर राहून काम कसं सांभाळायचं हे माहीत नव्हतं.

इतरांकडून काम कसं करून घ्यायचं हे माहीत नव्हतं.

एक नेता म्हणून आणि व्यवस्थापक म्हणून मी घोर अपयशी ठरलो.

बाहेरून भांडवल उभारून ग्रुपॉनचा भारतातला व्यवसाय विकत घेण्याची संधी मिळाली.

जगभरातल्या तेवीस व्हेंचर कॅपिटलिस्ट्सशी संपर्क साधला.

त्यातल्या बावीस लोकांनी नकार दिला.

हातात एकही धनादेश किंवा काहीही शिल्लक नसताना मी 'नियरबाय'साठी 'रेफरल प्रोग्राम' सुरू केला.

एका महिन्यात अकरा कोटींचं नुकसान झालं.

मला वाटलं होतं की लाभ होत नसला तरी कंपनीमधे होणारी वाढ गुंतवणूकदारांना आकर्षित करेल.

...आणि मग पैसा आपोआपच येत राहील.

पैसा वेगानं संपत गेल्यामुळं आम्हांला आमचा आवाकाही कमी करावा लागला.

तीनशेमधून ऐंशी लोकांना कमी केलं.

कामगारांसमोर उभं राहून पाणावलेल्या डोळ्यांनी क्षमा मागितली.

माझ्यामुळं ते सगळे अपयशी ठरले, आणि मी स्वत:ही.

कंपनीचा काही हिस्सा खरेदी केल्यावर माझ्या अतार्किक आशावादामुळं मी गरजेपेक्षा जास्त मोठं ऑफिस भाड्यानं घेतलं.

जवळ पैसा नसल्यानं आम्ही त्या ऑफिसमधला काही भाग भाड्यानं देऊ लागलो.

आमचा करार संपल्यावर आम्हांला ती जागा सोडावी लागली.

आमच्या भाडेकरूंना वाऱ्यावर सोडून द्यावं लागलं.

त्यांना वाटलं होतं की, आम्ही ती जागा कधीच सोडणार नाही.

मलाही तसंच वाटलं होतं.

पुन्हा भांडवल जमवायला सुरुवात केली.

जगभरातल्या अडुसष्ट गुंतवणूकदारांशी संपर्क साधला.

त्यातल्या सदुसष्टांनी नकार दिला.

एकानं अटींचा कागद पुढं ठेवला.

आणि आम्ही त्यावर सही करण्यापूर्वीच त्यानं माघार घेतली.

त्या दरम्यान नुकसान कमी करण्यासाठी आम्ही पगार कमी केले.

पण माझे वैयक्तिक खर्च माझ्या मिळकतीपेक्षा जास्त होत होते.

माझ्याकडं काहीही पैसे शिल्लक नव्हते.

जे काही पैसे मी जमवले होते ते 'नियरबाय'मधे गुंतवले गेले होते.

मला मित्रांकडून उधार घ्यावं लागलं.

माझ्या दोन्हीही क्रेडिट कार्ड्सची मर्यादा संपली होती.

बहिणीच्या लग्नासाठी मला माझ्या आईवडिलांचं घर गहाण ठेवावं लागलं.

विदुर वर्षभरापासून मागत असलेली एक सायकल त्याच्या वाढदिवशी भेट देण्यासाठी आम्हाला रुचीच्या सोन्याच्या बांगड्या मोडाव्या लागल्या.

तो शाळेतून आल्यावर आम्ही त्याला आश्चर्याचा धक्का दिला.

तो आनंदानं रडू लागला....आणि आम्हीही.

हेतू खूप चांगला असूनही 'नियरबाय' माझ्या कल्पनेप्रमाणं उभी राहू शकली नाही.

गुंतवणूकदारांचे पैसे बुडाले.

लोकांच्या नोकऱ्या गेल्या.

कित्येकांनी त्यांचा आत्मविश्वास आणि आमच्यावरचा विश्वास गमावला.

मी अपयशी ठरलो.

आणि आता आपण अजून काहीही प्रयत्न करूच नये, असं वाटलं.

मी एकोणचाळीस वर्षांचा होतो.

ना पैसा,

ना काही योजना,

ना कोणती दिशा.

रेझ्युमे हा एक रोचक दस्तऐवज असतो.

तुम्ही यशस्वी केलेल्या आणि ज्याचा तुम्हांला अभिमान वाटेल अशा सर्व मोठ्या गोष्टींचं ते एक प्रदर्शन असतं.

पण तुम्ही तिथपर्यंत कसं पोहोचलात हे त्यात सांगितलं जात नाही.

यशाकडं घेऊन जाणारं तुमचं अपयश त्यात सांगितलं जात नाही.

माझ्या आयुष्यात मी प्रयत्नपूर्वक पूर्ण केलेल्या छोट्या-छोट्या गोष्टींपेक्षा अपयशच जास्त भरून राहिलं आहे.

विदुर सहा वर्षांचा होईपर्यंत, जेव्हा केव्हा आमच्या कुटुंबाचं चित्र काढत असे तेव्हा तो नेहमी माझ्या हातात फोन दाखवत असे.

त्याला त्याचे वडील तसेच डोळ्यांसमोर येत असत.

मी कित्येक दिवस आईवडिलांना भेटू शकत नसे. कारण मी खूप व्यग्र असे. आयुष्यातल्या अन्य चुका सुधारण्याच्या प्रयत्नांत मी आणखी एक चूक करतो आहे याची मला कल्पना नव्हती.

माझ्या गुंतवणूकदारांनी आणि सहकाऱ्यांनी माझ्यावर विश्वास ठेवून मला त्यांचा पैसा आणि वेळ दिला होता. आपलं करिअर पणाला लावलं होतं.

पण मी त्यांच्या विश्वासाला पात्र ठरू शकलो नाही.

मी त्यांच्या पैशाशी, करिअरशी आणि विश्वासाशी खेळ केला.

मला नेहमी आशा वाटत असे की मी स्वत:ला सावरू शकेन आणि गमावलेलं सगळं पुन्हा मिळवू शकेन.

पण तसं झालं नाही.

आणि तेच माझं अपयश आहे.

तीच माझी कहाणी आहे.

तरीही, मी एक परिपूर्ण आयुष्य जगलो याचा मला खूप खूप आनंद आहे.

भूतकाळात जाऊन काही बदल करता आले तर?

पण शक्य तोवर नकोच.

मागचा विचार करता असं वाटतं की मी नीट वागायला हवं होतं, नीट राहायला हवं होतं. जरा चांगलं काहीतरी करायला हवं होतं. पण तेव्हा ते तसंच व्हायचं होतं.

आता मी जो आहे तो त्या चुकांमुळंच तर आहे.

तुम्ही शरीरावर जे व्रण धारण केले असतील त्यांचं दु:ख मानू नका.

त्यांचा तिरस्कार करू नका.

त्यांना नाकारू नका.

ते व्रण म्हणजे तुम्ही लढलेल्या लढाईच्या खुणा आहेत.

आणि जरी तुम्ही हरला असलात तरी तुम्ही कोण होतात आणि कोण होऊ शकता याची आठवण त्या खुणा तुम्हांला करून देत राहतील.

दिवसाच्या अखेरीस, स्वत:ला अनावृत अवस्थेत बघाल तेव्हा त्या व्रणांमधे तुम्हांला तुमच्या संघर्षाची कथा दिसेल, एक अशी कथा- जी केवळ तुम्हीच समजू शकता.

नवे व्रण येणार नाहीत याची काळजी घ्या.

पण आधीचे व्रण विसरू नका.

कदाचित एक दिवस असा येईल की तुम्हांला त्या व्रणांचा अभिमान वाटू लागेल.

ताजा कलम १ :

आयुष्यात मी ज्या ज्या ठिकाणांशी, माणसांशी जोडला गेलो (महाविद्यालय, कंपन्या, गुंतवणूकदार इत्यादी) ते काही माझी पहिली पसंती नव्हते आणि म्हणून ते मला हवे तसे नव्हते अशी स्वत:ची समजूत घालणं खूप सोपं आहे.

पण हे खरं नाही.

मला सर्वांनी नाकारलं. पण त्या महाविद्यालयांनी, कंपन्यांनी आणि गुंतवणूकदारांनी मला स्वीकारलं होतं. त्यांना मी कमी लेखणार नाही. कधीच नाही!

ताजा कलम २ :

माझं नशीब मला वेड्यासारखं साथ देत असतं. इतकं की कधीकधी माझा विश्वासच बसत नाही.

त्यामुळं आता मान्य करायला हरकत नाही की, मी

सांगितलेल्या चुका हा माझ्या विनयाचा भाग आहे. आणि खरं तर मी यशाचा भरपूर आनंद लुटलेला आहे.

माझ्या यशाचं स्पष्टीकरण देता येणार नाही. मी त्याचं विश्लेषणही करणार नाही आणि त्यावर हक्कही सांगणार नाही.

भाग २

सवयी

फार पूर्वीपासून मी सवयींचा गुलाम आहे.

आणि मी कधीच ध्येय ठरवत नाही. त्याची दोन कारणं आहेत. ध्येय ठरवलं तर-

- प्रवासात स्वत:ला घडवण्याऐवजी मुक्काम गाठण्याकडं आपलं लक्ष लागतं.
- एक मुक्काम गाठला की नकळत आपण दुसऱ्या मुक्कामाकडं धावत सुटतो.

पण माझ्या काही सवयींमुळं मला आयुष्यातल्या छोट्या-मोठ्या बऱ्याच गोष्टींमधे मदत झाली.

मग ती वेळेवर झोपायची सवय असो किंवा चारांहून अधिक वर्षं अगदी नियमितपण इतरांच्या परोक्ष स्वत:चं चित्रीकरण करणं असो.

किंवा २००५ पासून माझं नियमित ब्लॉग लिहिणं असो. त्यामुळंच तर हे पुस्तक होऊ शकलं.

अशा सवयी मला आवडतात; कारण त्या सवयी कायम ठेवल्यानं मी असा घडत गेलो की त्यामुळं माझ्यासाठी अनेक दरवाजे उघडत गेले. अन्यथा एखादं ध्येय ठरवून त्याचा पाठपुरावा केला आणि नशिबानं साथ

दिली तर ते ध्येय तुम्हांला (कदाचित) एखादाच दरवाजा उघडून देतं.

सवयी आपल्याला घडवतात, ध्येयं आपल्याला एकांगी करतात.

लवकर उठण्याची सवय लावून घेणं म्हणजे लवकर उठणं नाही.

तर वेळेवर झोपणं.

केवळ लवकर उठण्यात काही गमक नाही. तुम्हांला उठवण्याचं काम तर कोणतंही गजराचं घड्याळ सहज करेल.

गमक आहे ते सकाळच्या वेळी उत्साही, आनंदी आणि कार्यक्षम असण्यात.

आणि वेळेवर झोपल्याशिवाय ते शक्यच नाही.

अन्यथा सकाळी लवकर उठायचं आणि ढेपाळलेल्या अवस्थेत स्वत:वरच वैतागत राहायचं, याला काय अर्थ आहे?

सकाळी लवकर उठणं थकवतं, रात्री वेळेवर झोपल्यानं उत्साही वाटतं.

तुमच्या प्रवासाविषयी इतरांना सांगा.

तुमच्या प्रवासाविषयी नोंदी करून ठेवा.

तुमच्या प्रवासाविषयी बोला.

तुमची कथा बहुमूल्य आहे.
तुम्हांला कदाचित त्या कथेचं मूल्य माहीत नसेल.

विचार करा, तुम्ही घेतलेल्या अनुभवांमधून न गेलेल्या एखाद्या व्यक्तीसाठी तुमची कथा मार्गदर्शक ठरू शकेल. तुम्ही ज्यांना प्रेरीत केलं आहे त्यांच्या नजरेतून स्वत:कडं बघितलंत तरच तुम्हांला हे जाणवेल.

'माझं कोण ऐकणार; मी तर कोणीच नाही,' असा विचार करत दर वेळी तुम्ही तुम्हांला माहीत असलेल्या गोष्टी सांगणं टाळता. पण अशी 'कोणीच नसलेली' व्यक्ती जेव्हा स्वत:चे अनुभव सांगते तेव्हा ते 'सुवर्ण मानक' ठरतात.

म्हणूनच स्वत:चे अनुभव इतरांना सांगणं ही तुमची नैतिक जबाबदारी आहे.

जितक्या संधी औत्सुक्य राखल्यामुळं लाभतात तितक्या नुसती कठोर मेहनत करून कधीच लाभणार नाहीत.

माझा एखादा आवडता स्टार्ट-अप संस्थापक काही लिहीत का नाही?

जर मी कोणाला थेट मेल (कोल्ड मेल) लिहित असेन तर त्यात अजून काही विशेष लिहावं का?

का नाही? अवश्य लिहावं.

आयुष्यात भरपूर संधी मिळवायच्या असतील तर त्यासाठी सतत आपल्या उत्सुकतेला संधी देत राहा.

तुम्हांला माहीत नाही, पण कदाचित तुम्हांला मूर्ख वाटणारे आणि म्हणून तुम्ही टाळत असणारे काही प्रश्न एखाद्याला अटळ असणाऱ्या द्विधा मन:स्थितीतून दूर व्हायला मदत करू शकतात.

ध्येयं, चांगल्या सवयींसाठी मारक ठरतात.

ध्येयं ठरवू नका.

सवयी लावून घ्या.

योग्य त्या सवयी लावून घेण्याऐवजी आपण ध्येयं ठरवली तर आपल्याला काय व्हायचं आहे हेच आपण विसरून जातो.

आपल्याला फक्त मॅरेथॉन धावायची नाही. आपल्याला मजबूतही व्हायचं आहे.

आपल्याला फक्त घडीव आयुष्य नको आहे. आपण किती शिस्तप्रिय आहोत हेसुद्धा दाखवून द्यायचं आहे.

आपल्याला केवळ विक्रीचे उच्चांक गाठायचे नाहीत.

आपल्याला जास्तीतजास्त ग्राहकांच्या समस्या सोडवायच्या आहेत.

आपली काम करण्याची पद्धत जितकी अचूक असेल तितकं आपण आपल्या ध्येयाच्या जास्त जवळ जाऊ.

पण आपण जर केवळ ध्येयाच्या मागं धावत सुटलो तर ते पूर्ण झाल्यावर आपल्याला एकदम पोकळी जाणवू लागेल.

चांगल्या सवयी सतत आपल्या बरोबर राहतात आणि आपल्याला प्रगत करत जातात. पण ध्येयं आपल्याकडून दावणीला बांधल्यासारखं काम करून घेतात आणि नंतर मोकाट सोडून देतात.

संघर्ष कमी करण्याचा प्रयत्न करू नका.

संघर्ष जास्तीतजास्त अर्थपूर्ण करायचा प्रयत्न करा.

तुम्ही स्वत:चा संघर्ष कधीच कमी करू शकत नाही. तसं करणं म्हणजे केवळ स्वत:च्या भावना दडपत राहणं असेल. हो, पण तुम्ही संघर्षाचं कारण नक्कीच जाणून घेऊ शकता.

एखाद्या सहकाऱ्याकडून दररोज काही त्रास दिला जातो आहे का?

त्याचा अर्थ तुम्ही 'मनाला फारच लावून घेणारे' आहात की ते खरंच तुम्हांला त्यांच्यामधे सामावून घेत नाहीत?

आवडतं काम शोधण्यासाठी तुम्हांला खूप प्रयत्न करावे लागतात का? याचा अर्थ तुम्ही ते काम करण्यायोग्य नाही की तुम्हांला त्या कामातून अत्यधिक मोबदला अपेक्षित आहे?

आईवडील तुमच्या छोट्या छोट्या गोष्टींमधे लक्ष घालत असतात का? याचा अर्थ ते तुमच्या आयुष्यात नाक खुपसत आहेत? की तुमच्याविषयीची चिंता कमी करण्यासाठी तुम्ही नीट आहात याची खात्री करून घेत आहेत?

आपण जेव्हा एखादा संघर्ष दाबून टाकतो तेव्हा तो संपून जात नाही. केवळ थांबून राहतो आणि त्यामुळं आपल्या मनात दररोज आपल्याविषयीच प्रश्न निर्माण होत राहतात. पण जेव्हा आपण स्वत:च्या संघर्षाचा अर्थ समजून घेतो तेव्हा त्याचा त्रास न होता तो आपल्या फायद्याचा ठरतो.

एखादा समज करून घेण्यापूर्वी ही मजेदार गोष्ट करून पाहा.

बिनधास्त विचारा!

असं वाटत आहे का की एखादी व्यक्ती तुमच्याकडं दुर्लक्ष करते आहे? कदाचित ती व्यक्ती खूप कठीण परिस्थितीतून जात असेल आणि तिचं तुमच्याकडं दुर्लक्ष होतं आहे हे तिला जाणवतही नसेल. मग आपणच तिला विचारायला काय हरकत आहे?

आईवडिलांशी नीट जमत नाही का? कदाचित ते स्वत: स्वत:शीच जमवून घ्यायचा प्रयत्न करत असतील. विचारायला काय हरकत आहे?

आईवडिलांशी बोलायचं आहे? त्यांनाही तुमच्याशी बोलायचं असेल कदाचित. विचारायला काय हरकत आहे?

काही समज करून घेण्यापूर्वी एकदा विचारून पाहणं केव्हाही श्रेयस्कर ठरतं.

एक तर तुमचा समज खरा ठरतो किंवा तुम्ही लोकांना नीट समजून घेऊ लागता. दोन्हींपैकी काहीही झालं तरी एक नक्की– की त्यामुळं तुम्ही उत्तम प्रकारे संवाद साधायला शिकता.

अर्थात दोन्ही स्थितींमधे विजय तुमचाच!

आजच्या काळासाठी अति महत्त्वाची– पण कधीच न शिकवली जाणारी कौशल्यं–

विनोद

कथाकथन

अर्थव्यवस्थापन

मानवी मानसशास्त्र

कोल्ड ईमेलिंग (परीचय नसताना थेट मेल करणं)

तुम्हांला जे करायची इच्छाच नाही त्यासाठी तुम्ही आळस सोडू शकत नाही.

मी रोज पहाटे साडेचार वाजता उठतो. ध्यानधारणा, गायनाचा रियाज आणि थोडं वाचन केल्यावर मी टेनिस खेळायला जातो.

अगदी रोज.

तापमान कितीही असलं तरीही. मग ते जूनमधलं ३६ डिग्री किंवा डिसेंबरमधलं ६ डिग्री. कारण मला ते सगळं करायला आवडतं.

पण टी.व्ही.वर क्रिकेट पाहण्यासाठी किंवा एखादी लोकप्रिय मालिका पाहण्यासाठी मी असं काहीही करणार नाही. मुदत ठेव (फिक्स्ड डिपॉझिट) करण्यासाठीसुद्धा कदाचित मी काहीही प्रयत्न करणार नाही.

कारण मला ते करायचंच नाही.

कार्यक्षमता वाढवण्यासाठी आपल्याला फार काही करावं लागत नाही. आपल्याला जे हवं ते करण्यासाठी आपण स्वतःला भरपूर वेळ द्यायला हवा, इतकंच.

जे एखाद्या भीतीतून उत्पन्न झालेलं नाही आणि केवळ सांगायचं आहे म्हणून लिहिलं गेलं नाही ते लेखन उत्तम असतं.

लोकप्रिय होण्यासाठी लिहू नका.

खूप 'लाइक्स' मिळवण्यासाठी लिहू नका.

तुमच्यामुळं कोणी प्रभावीत व्हावं म्हणून लिहू नका.

स्वत:ला व्यक्त करण्यासाठी लिहा.

तुम्हांला वाचायचं आहे म्हणून लिहा.

जर लिहिलं नाही तर तुमच्याच मनात दबून राहिलेल्या भावना तुम्हांलाच त्रासदायक होतील, म्हणून लिहा.

तुम्ही जर लिहिलंच नाही तर तुमच्यासाठी जे आवश्यक आहे ते तुम्हांला वाचायला मिळणारच नाही, म्हणून लिहा.

तुम्हीच स्वत:ला सावरत ताजंतवानं ठेवायचं आहे, म्हणून लिहा.

वाचनाची सवय लावून घ्यायची असेल तर तुम्हांला आवडतील अशीच पुस्तकं वाचा.

लोकांना तुम्ही जे वाचणं अपेक्षित आहे, ती पुस्तकं नाही!

तुमच्या आयुष्यात तुम्ही कोणाला/काय महत्त्वाचं मानता हे पुढील तीन गोष्टींवरून समजेल–

१. सकाळी उठल्यावरचा तुमचा पहिला तास.

२. झोपण्यापूर्वीचा तुमचा शेवटचा तास.

३. तुमची दिनदर्शिका

माझ्या दिवसाच्या सुरुवातीची पहिली साठ मिनिटं हा माझा खास वैयक्तिक वेळ असतो.

तेव्हा मी पाण्याचे घोटही वाइन प्यायल्यासारखे घेतो. मला जे काही लाभलं आहे त्याविषयी कृतज्ञता व्यक्त करतो. ध्यानधारणा करतो.

दिवसाअखेरीचा एक तास हा माझा कौटुंबिक वेळ असतो. झोपण्यापूर्वी एक तर मी विदुरबरोबर काही वाचन करतो किंवा उझ्माला झोपवण्यासाठी रुचीला मदत करतो. मस्त असतो तो वेळ!

माझ्या दिनदर्शिकेवर नोंदलेल्या काही गोष्टी माझ्यासाठी अति महत्त्वाच्या आहेत : दुपारची डुलकी, माझ्या सहकाऱ्यांशी व्यक्तिगत भेटीगाठी, वाचन, संगीताचा रियाज आणि सकाळी माझ्या मुलीला तयार करणं.

ज्या गोष्टी अगदी सहज केल्या जाऊ शकतात, त्यांच्याकडंच सहज दुर्लक्षही केलं जाऊ शकतं.

अशा गोष्टींकडं दुर्लक्ष करण्याऐवजी जर तुम्ही त्या

नियमितपणं करत राहिलात तर त्या गोष्टींमुळं तुमच्या आयुष्यात आमूलाग्र परिवर्तन येऊ शकतं.

सातत्यपूर्ण प्रगती म्हणजे आपण आपल्या क्षेत्रात तज्ज्ञ होत जाणं नाही.

तर प्रगतीला एक जीवनपद्धती मानणारी मनोवृत्ती तयार करणं म्हणजे प्रगती.

ती श्वासासारखी असावी.

आपल्याला श्वासाची जाणीव क्वचितच होते.

पण श्वास आपल्या क्षणाक्षणाचा सोबती असतो.

तो नसता तर जीवन संपून गेलं असतं.

पुस्तकं वाचून चातुर्य येणार नाही.

प्रेरक व्हिडिओ पाहून तुम्ही प्रेरीत होणार नाही.

आणि लिहीत राहिल्यानं तुमचे विचार स्पष्ट होत जाणार नाहीत.

आपण या गोष्टींनी घडत नसतो.

आपण आपल्यालाच करून दिलेल्या समजुती आपल्याला घडवत असतात.

महत्त्व पुस्तक वाचण्याला नाही; तर त्यातून आपण काय घेतो याला आहे.

विचारांमधे स्पष्टता आणण्यासाठी केवळ लिहिणं हा उपाय नाही. आपण लिहितो ते अधिकाधिक शांतता मिळवण्यासाठी की लोकमान्यता मिळवण्यासाठी- हा उद्देश स्पष्ट असायला हवा.

प्रेरक व्हिडिओ बघण्यानं खरंच काहीही फायदा होत नाही. (दर आठवड्याला मी स्वत: जरी खंडीभर व्हिडिओ तयार करत असलो तरीही.) ते व्हिडिओ पाहून झाल्यावर आपण आपल्या आयुष्यात काय बदल करतो त्यावर फायदा ठरत असतो.

जोपर्यंत आपल्या खांद्याच्या वर असलेल्या भागात सुधारणा होत नाही तोपर्यंत काहीही बदल घडून येत नाही.

आपण इतरांना, त्यांच्या कृतीमधून जाणून घेऊ शकतो.

आणि स्वत:ला, आपल्या विचारांमधून समजू शकतो.

इतर लोक काय विचार करतात हे आपण समजू शकत नाही. ते काय करतात एवढंच आपल्याला दिसतं.

बरोबर तसंच त्यांच्या बाबतीतही होत असतं. त्यांनाही आपले विचार समजत नाहीत. तेसुद्धा फक्त आपली कृती पाहत असतात.

आपल्याकडं शेकडो योजना असतील. पण जी योजना आपण प्रत्यक्षात आणतो तेवढीच योजना लोकांना दिसते.

कृतिहीन योजनेला काहीच अर्थ नसतो.

विचारांमधे ताकद असते पण तेव्हाच, जेव्हा ते कृतीमधे उतरवले जातात.

विचारांना जर कृतीची जोड नसेल तर ते एखादं न पाळलेलं वचन ठरतात.

आपण समोरच्याचं ऐकतो आहोत हे दाखवण्यासाठी मान डोलावतो. पण खरं तर आपण त्याचं काही ऐकतच नसतो.

उलट आता काय बोलायचं याविषयी आपण आपल्याच मनाचं ऐकत असतो.

जेव्हा आपण ऐकत असतो तेव्हा खरंच आपण ऐकत असतो का? की समोरच्याच्या बोलण्यावर काय प्रतिक्रिया द्यावी याचा विचार डोक्यात चालू असतो?

जेव्हा आपण ऐकत असतो तेव्हा आपल्या मनाची कवाडं खुली असतात का? की सगळं माहीत आहे या भावनेनं आपण स्वत:ला एखाद्या मिटलेल्या पुस्तकासारखं मिटून घेतो?

जेव्हा आपण ऐकत असतो तेव्हा आपला हेतू संवाद साधण्यासाठी मदत करण्याचा असतो की केवळ आपले दृष्टिकोन लादण्याचा असतो?

आपण ऐकत आहोत याची प्रतिक्रिया दाखवण्यासाठी आपण मान डोलावतो.

पण जर लोकांना काय सांगायचं आहे हे खरंच ऐकून घेत आपण मान डोलावली तर?

आणि जे आधीपासून ठरवलेलं आहे ते कसं बोलायचं याचा विचार करण्याऐवजी समोरच्याचे विचार समजून घेत मान डोलावली तर?

आपली शिस्त आपल्या केवळ असण्यामुळं सिद्ध होत नाही, तर आपल्या लक्ष देण्यानं सिद्ध होते.

महाविद्यालयामधे तुमची ठरावीक उपस्थिती आवश्यक असते.

तर काही ऑफिसेसमधे उपस्थिती लावण्यासाठी तुम्ही हवे असता.

त्याहून वाईट म्हणजे आपल्या नातेवाइकांना त्यांच्या पार्ट्यांमधे आपली उपस्थिती हवी असते, आपल्याला ते आवडत नसलं तरीही!

जिथं तुम्ही आहात तिथं तुम्हांला आनंद वाटत नसेल तर?

तुम्ही सैरभैर व्हाल, तिथं असलेल्या सगळ्यांचा आणि स्वत:च्या आयुष्याचा तिरस्कार करू लागाल.

एखाद्या ठिकाणी तुम्ही जितका वेळ असाल तितका पूर्ण वेळ शरीर आणि मन दोन्हींनी तिथं उपस्थित असाल तरच तुमच्या असण्याचं महत्त्व आहे.

त्यामुळं तुम्हांला तिथल्या गोष्टींमधे रस आहे, तिथं चाललेल्या कामात आनंद वाटतो आहे आणि तुम्ही सर्वांमधे मिळून मिसळून राहिला आहात हे समजतं.

जबरदस्तीनं द्याव्या लागलेल्या जास्त वेळापेक्षा तुम्ही मनापासून दिलेला वेळ कमी असला तरी महत्त्वाचा असतो. कारण तेव्हा तुम्ही खरंच तिथं उपस्थित असता.

तुम्ही कोणत्या गोष्टी ऐकाव्यात,
हे तुम्ही कोणाबरोबर असता
यावरून ठरतं.

तुमच्या डोक्यात जे काही चाललेलं
असतं ते तुम्ही ऐकलेल्या त्या
गोष्टींवरून ठरतं.

आणि तुमचं व्यक्तिमत्त्व तुमच्या
डोक्यात चाललेल्या गोष्टींवरून ठरतं.

म्हणूनच आपण आपला वेळ
कोणाबरोबर घालवायचा याचा
निर्णय हुशारीनं घ्या.

स्वत:ला अनुकूल कराल ते शिक्षणासाठी, पगार मिळवण्यासाठी नाही.

स्वत:ला अनुकूल कराल ते प्रगतीसाठी, स्थैर्य मिळवण्यासाठी नाही.

स्वत:ला अनुकूल कराल ते भीतीचा सामना करण्यासाठी, सुरक्षित राहण्यासाठी नाही.

तुम्हांला जर दोन ठिकाणी नोकरीची संधी चालून आली असेल आणि दोन्हींकडं तितकाच पगार मिळणार असेल तर जिथं प्रगतीची संधी असेल तीच नोकरी तुम्ही निवडता.

तुम्हांला जर खरंच आर्थिक आणि व्यावसायिक स्थैर्य अपेक्षित असेल तर 'प्रगती'ला जीवनपद्धत म्हणून स्वीकारल्याशिवाय ते शक्य होणारच नाही.

आपल्याला भिववणाऱ्या गोष्टींशी सामना केल्यानं सुरक्षित वाटू लागतं. पण कायम सुरक्षित वातावरणात राहणं हे जास्त धोकादायक ठरू शकतं.

ज्या गोष्टी करणं सगळ्यांत सोपं असतं, त्यांच्यासह आयुष्य काढणं मात्र सगळ्यांत कठीण होतं.

त्या गोष्टी आपलं आयुष्य अगदी सहज सोपं करणाऱ्या असल्या तरीही.

तुम्ही जेव्हा अगदी नवखे असता तेव्हा कोणी आपली नोंद घ्यावी अशी अपेक्षा अजिबातच नसावी.

फक्त काम करत राहा, प्रश्न विचारू नका, आव्हान देऊ नका, बॉस जे सांगेल त्याला 'हो' म्हणा, फार मैत्रीपूर्ण

संबंध जोडायला जाऊ नका.

तिथं फक्त टिकून राहा.

शांत राहा.

आपल्याला सांगितल्या गेलेल्या अनेक चुकीच्या गोष्टींपैकी ही एक गोष्ट.

जगातले काही अत्यंतिक चतुर लोक तुमची झोप उडवण्यासाठी स्पर्धा करत आहेत.

म्हणजे काय?

झोप अतिमहत्त्वाची आहे!

तुमच्यासाठी आणि त्यांच्यासाठीही.

त्यांना जिंकू देऊ नका.

सोशल मीडिया आणि अन्य स्ट्रीमिंग प्लॅटफॉर्म्स हे तुमचं लक्ष वेधून घेण्यासाठीच तयार केले गेले आहेत.

तुम्हांला एखादी गोष्ट आवडायला लागली, की तिथून सतत तशाच गोष्टी पुरवल्या जाऊ लागतात. मग तुम्ही त्या आणखी जास्त बघत राहता. मग तुमचा झोपेचा वेळ कमी होत जातो.

कधीकधी एखाद्या गोष्टीतून प्रेरणा घेण्याऐवजी ती गोष्ट सोडून देणं जास्त उपयोगी ठरतं. विशेषत: जेव्हा जगभरातले सर्व बुद्धिमान लोक त्या माध्यमातून पूर्ण वेळ तुम्हांला कसं गुंतवून ठेवायचं याचा विचार करत असतील तेव्हा.

आपल्या झोपेच्या आड येणाऱ्या सर्व गोष्टींना निर्धारपूर्वक नकार देत वेळेवर झोपी जाणं हे स्वत:वर प्रेम करण्याचं सर्वांत मोठं गमक आहे.

सुरक्षित वातावरणामुळं स्वत:ला असं वाटू देऊ नका की आपल्याला आता आणखी काहीच करण्याची गरज नाही.

खूप मेहनतीनं तुम्ही एक चांगलं काम मिळवलं आहे
आता ते आणखी चांगलं करण्याची गरज नाही.

तुम्हांला ज्यांची काळजी वाटते त्यांच्याशी तुम्ही छान नातं निर्माण केलं आहे.
आता त्या लोकांची आणखी काळजी करण्याची गरज नाही.

सातत्यपूर्ण व्यायामानं तुम्ही घोटीव शरीरसंपदा कमावली आहे.
आता ती तशीच राखण्यासाठी प्रयत्नांची गरज नाही.

चूक.

सुरक्षितता केवळ एक हा एक थांबा आहे.
आणखी प्रयत्न करत राहणं हा प्रवास आहे.
कारण तुम्हांला सुरक्षिततेच्या पुढच्या टप्प्यावर पोहोचायचं आहे.
आपण जर एकाच थांब्यावर (सुरक्षितता) कायम थांबून राहिलो तर आपण आपलं घर (आनंद) विसरून जाऊ.

तथाकथित सुरक्षित वातावरणामधे शांतपण जीवन व्यतीत करण्यानं आनंद मिळतो असं निश्चितच नाही.

उलट सुरक्षित वातावरणाचे बंध तोडणं म्हणजे आनंद मिळवणं. म्हणूनच सुरक्षित राहायचं असेल तर सुरक्षित वातावरणातून बाहेर पडा.

तुम्ही उचललेलं कोणतंही पाऊल कधीच छोटं असत नाही. अर्थातच जर ते तुम्हांला तुमच्या उद्दिष्टाच्या दिशेनं पुढे घेऊन जाणार असेल तर.

जो समाज मेहनत आणि व्यावसायिक यश या दोन गोष्टींमागं वेड्यासारखा धावत असेल तिथं या दोन्ही गोष्टींसंबंधी नीरसतेनं शांत राहणं ही बंडखोरी ठरते.

हातात काम नसतानाही तुम्ही शांत राहिलात तर तुम्हांला आतून शांत वाटेल.

एकटेपणामधे शांत वाटू लागलं की तुम्हांला अन्य कोणाच्या सहवासासाठी धडपडावं लागत नाही.

रोजच्या शिस्तबद्ध सवयी नीरस वाटू लागल्या की तुम्हांला आपोआप यश मिळू लागतं.

आपल्याला यश हवं आहे आणि ते मिळवण्यासाठी कसून मेहनतही करायचीही आपली तयारी आहे. पण आपल्याला हेच माहीत नाही की या भौतिक जगात सगळ्यांत कठीण काम आहे ते शांतता मिळवणं.

एखाद्या गोष्टीला नकार द्यायला हवा हे
माहीत असूनही तुम्हांला लोकांना नकार
देणं कठीण वाटतं का?

लोक काय म्हणतील याची काळजी
हेच याचं मुख्य कारण आहे.

सोशल मीडियावर जर तुम्ही योग्य लोकसमूहाच्या संपर्कात राहिलात– तर संधी, नियोजनात्मक पद्धतीनं चालून येतील.

नशिबानं नाही!

ऑनलाइन असो किंवा ऑफलाइन– पण तुम्ही ज्या प्रकारच्या लोकांबरोबर वेळ घालवता त्यांच्यासारखेच होत जाता.

आयुष्यातल्या प्रश्नांकडं तसंच पाहायला लागता.

एक तर तक्रारी करता किंवा समस्या सोडवायचा प्रयत्न करता.

नवीन गोष्टी नाकारता किंवा 'जर असं झालं तर' अथवा 'का नाही करायचं,' असा विचार करता.

आपण ज्या लोकांच्या ऑनलाइन संपर्कात असतो त्यांच्या संगतीचे हे परिणाम असतात.

पण या माध्यमातून मोठ्या संधी मिळणं अशक्य नाही. कारण तुम्ही जर योग्य व्यक्तींच्या संपर्कात राहिलात तर नवनवीन संधी प्राप्त करून आयुष्य कसं घडवायचं हे त्या व्यक्ती तुम्हांला शिकवतात.

माझ्या सवयींची एक छोटी झलक–

सवयींविषयी माझे विचार तुम्हांला माहीतच आहेत. आता माझ्या सवयींमुळं माझे विचार कसे घडतात ते पाहू. त्यासाठी माझ्या सवयींची थोडी माहिती घेऊ.

पहिली सवय–

मी नेहमी माझ्या बरोबर एक वही ठेवतो.
एखाद्या शालेय विद्यार्थ्याप्रमाणे मी नोंदी करत असतो.
मी माझी नियोजित कामं दिनदर्शिकेवर लिहून ठेवतो.
काही गोष्टी मी स्वत:लाच ईमेल करून ठेवतो.

मी माझी मानसिक शक्ती विचारांसाठी वापरतो.
आठवत राहण्यासाठी नाही.

दुसरी सवय–

प्रत्येक गोष्टीची नोंद करून ठेवणे!

माझ्या कार्यालयामधे मी तीन वह्या ठेवतो.
१– एकीमधे कल्पना
२– दुसरीमधे दिवसभरात करायच्या कामांची यादी
३– तिसरीमधे भेटीगाठींच्या नोंदी
आवश्यक गोष्टी मी लिहून ठेवतो.

एखादी गोष्ट लिहिण्यामुळं ती महत्त्वाची आहे हे मेंदूला पक्कं समजायला मदत होते.

त्यामुळं मला काहीही 'आठवायचा प्रयत्न' करावा लागत नाही.

तिसरी सवय–

महत्त्वाच्या सर्व गोष्टी मी दिनदर्शिकेवर नोंद करून ठेवतो.

माझी दिनदर्शिका म्हणजे माझी जीवनरेखा आहे.
सगळं काही माझ्या दिनदर्शिकेवर नोंदलेलं असतं.
बिल भरणं, काहींचे वाढदिवस, लेखनाचे मुद्दे, आठवडाभराची ठरवलेली कामं.

त्यामुळं माझा पन्नास टक्क्यांहून अधिक वेळ अशा गोष्टींसाठी वापरला जातो, ज्या महत्त्वाच्या असतात पण ज्यांच्यासाठी धावपळ करावी लागत नाही.

चौथी सवय–

भविष्यात करायची कामं मी स्वतःच स्वतःला ईमेल करून ठेवतो.

मला अनेक गोष्टींमधे रुची वाटते आणि मग त्या इतक्या महत्त्वाच्या होतात की त्यांना प्राधान्यक्रम द्यावा लागतो.

आणि माझ्यासाठी प्राधान्यक्रम देणं म्हणजे त्यांची व्यवस्थित आखणी करणं.

स्वत:ला मेल करून ठेवण्यानं ते साध्य होतं.

पाचवी सवय–

शक्य तिथं, शक्य तितका तंत्रज्ञानाचा वापर करणं.

अनेक कामं अशी असतात की तुमचा खूप वेळ खातात पण पुढं सरकतच नाहीत.

अशी कामं तंत्रज्ञानाद्वारे करून घ्या.

सहावी सवय–

माझी दिनदर्शिका मी माझ्या पत्नीला माहीत करून देतो.

ही गंमत समजू नका, विश्वास ठेवा. यामुळं खूप फायदा होतो.

ती माझी दिनदर्शिका सहज बघू आणि वापरू शकते. त्यामुळं ती त्यामधे काही गोष्टी घालू शकते, काही काढून टाकू शकते. म्हणून कौटुंबिक समारंभ, वाढदिवस किंवा तिला मी करणं अपेक्षित असलेली काही कामं याकडं मला वेगळं लक्ष द्यावं लागत नाही.

आवश्यक त्या गोष्टी ती माझ्या दिनदर्शिकेमधे घालत जाते.

उत्पादन क्षमता मॅक्स!

सातवी सवय–

माझ्याकडं व्हॉट्सॲपचे दोन स्वयंसमूह आहेत.

कोणाबरोबरतरी व्हॉट्सॲप समूह तयार करा.

समूह तयार झाला की त्या व्यक्तीला समूहातून वजा करा.

आता त्या समूहामधे फक्त तुम्ही असाल.

तो समूह व्हॉट्सॲपमधे नेहमी सर्वांत वर ठेवा.

त्यावरून तुम्ही महत्त्वाच्या गोष्टी स्वत:लाच सहज पाठवू आणि मिळवू शकता. उदाहरणार्थ,

१– डॉक्युमेंट्स/इमेजेस

इथं मी माझ्या महत्त्वाच्या इमेजेस (पॅन कार्ड, लायसन्स प्रत, पासपोर्ट प्रत इत्यादी.) आणि डॉक्युमेंट्स (तिकिटं वगैरे) साठवून ठेवतो.

२– विचार

इथं मी मनात आलेला एखादा विचार येता–जाता पटकन टाइप करतो. महत्त्वाचं वाटणारं एखादं क्लिक, रेकॉर्डिंग, शूटिंग साठवून ठेवतो.

आठवी सवय–

दुपारची डुलकी हे माझं दैनंदिन कर्तव्य आहे.

मी लहान असताना दुपारच्या जेवणानंतर आई मला तासभर झोपायला लावायची.

मला वाटतं ती सवय अजून टिकून आहे.

पुढं मी जेव्हा चीन आणि कोरियाला गेलो तेव्हा पाहिलं की तिथं तर ऑफिसेसमधेसुद्धा दुपारी थोडा वेळ झोपण्याची प्रथा आहे. (टेबलवर डोकं टेकून.)

'नियरबाय'मधे ही प्रथा मी कधीही सुरू केली नाही. पण वैयक्तिक स्तरावर नेहमीच तिचं पालन करत आलो.

ऑफिसमधे असताना दुपारी मी पंधरा मिनिटं काढून थोडी झोप घेत असे. आणि आता 'नियरबाय'मधून बाहेर पडल्यावर तर मी तासभर झोप घेण्याचा प्रयत्न करतो.

मी आणि माझी मुलगी आम्ही दोघं मिळून डुलकी काढतो. मला त्यापेक्षा छान काहीच वाटत नाही.

नववी सवय–

योग्य वातावरण निर्मिती करणं अति महत्त्वाचं आहे.

मी कधीही अंथरुणात बसून काम करत नाही. नेहमी टेबलवर काम करतो.

मी कधीही झोपून वाचन करत नाही. खुर्चीवर बसूनच वाचतो.

मी कधीच काहीतरी बघत बघ जेवत नाही.

मी कधीच अंधाऱ्या खोलीत काम करत नाही. नैसर्गिक उजेडात काम करतो.

घरूनच काम करायचं असलं तरीही काम करताना मी कधीच घरच्या कपड्यांमधे नसतो, तर जाणीवपूर्वक ऑफिसचे कपडे घालतो. घरचे कपडे घातले की नकळत आपण थोडं सैलावतो.

जेव्हा तुम्हांला सलग शृंखलाबद्ध काम करायचं असेल (क्रिएटिंग अ फ्लो) तेव्हा कामाच्या ठिकाणच्या वातावरणाचा गांभीर्यानं विचार करा.

दहावी सवय–

आपल्या ज्ञानेंद्रियांना कधी काय महत्त्वाचं (निकडीचं नाही) आहे हे ओळखण्याची सवय लावा.

आपली ज्ञानद्रियं आपल्याकरता काम करण्यासाठी विकसित झालेली असतात. आपण जे बघतो, वास घेतो, स्पर्श करतो, ऐकतो आणि चव घेतो त्यावर आपल्या अनेक प्रतिक्रिया आधारित असतात.

म्हणून कृती करण्यापूर्वी मी माझ्या ज्ञानेंद्रियांचा वापर करतो.

झोपण्याच्या वेळी तुमचा फोन दुसऱ्या खोलीमधे ठेवा.

आणि तुमचे डंब-बेल्स अंथरुणाच्या जवळ ठेवा.

तुम्हांला सहज दिसू शकेल अशा ठिकाणी पुस्तक ठेवा.

तुम्हांला आनंद देईल असं एखादं गाणं सकाळी उठण्यासाठी गजर म्हणून लावून ठेवा.

दिवसाची सुरुवात करताना तुमचा एखादा आवडता डिओॅडरन्ट किंवा अत्तर लावा.

या गोष्टी उपयोगी ठरतात.

जग जसं प्रगत होत जातं तसं माणूस सहज आळशी आणि सुस्त होत जातो.

पण तितक्याच सहजपण तो सुस्तीतून बाहेर येऊन गतिशीलही होऊ शकतो.

खरं तर तुमचा हेतू काय आहे यावर सगळं अवलंबून असतं.

क्षमतेवर अजिबातच नाही.

आणि उपलबद्धतेवरही नाही.

प्रगत होत जाताना आनंदी आणि समाधानी वाटणं ही मानवी मनाची वृत्ती आहे.

आयुष्य अशा पद्धतीनं घडवा की तुम्हांला तुमच्या प्रगतीचं मोजमाप करता येईल.

तुमच्या कार्यक्षमतेमधली अगदी छोट्यातली छोटी प्रगतीही कालांतरानं चांगले परिणाम दाखवून देईल.

भाग ३

जाणीव

मला नेहमी एक प्रश्न विचारला जातो की- आताचा मी, विशीतल्या मला काय सल्ला देईन?

माझ्याकडं एकच उत्तर आहे :

'आयुष्यातले सर्व निर्णय अजाणतेपणानं नाही, तर जाणीवपूर्वक घेतले गेले आहेत याची खात्री करून घे.'

लोकांमधे जास्तीतजास्त जाणीव निर्माण करून त्यांना आयुष्यात चांगली निवड करण्यासाठी मदत करणं हा माझा ऑनलाइन संवाद साधण्याचा उद्देश असतो.

माझ्या सहकाऱ्यांनाही मी तेच सांगत असतो. आपण बोलण्यासाठी संहिता तयार करत नाही, तर जाणीव निर्माण करतो आहोत. त्यामुळं लोकांना योग्य निर्णय घ्यायला मदत होते आहे.

पुढील पानांवर मी जाणिवेविषयी जे लिहिलं आहे त्याचा तुम्हांला उपयोग होईल अशी आशा आहे.

एखादी चांगली गोष्ट सगळे जण आधीपासून करतच असतील तर ते वेगळं सांगायची गरज नसते.

प्रत्येक जण व्यायाम करतोच असं नाही. म्हणून त्याविषयी वारंवार सांगावं लागतं.

प्रत्येक जण आपल्या सहकाऱ्यांना वेळ देतोच असं नाही. म्हणून चांगले नेते याविषयी वारंवार सांगतात.

प्रत्येक जण नोंदी ठेवण्यासाठी वेळ वापरतात असं नाही. म्हणून हुशार लोक आपल्याला ती सवय लावण्याचा प्रयत्न करतात.

टी.व्ही. सगळेच बघतात. ते सांगावं लागत नाही.

पिझ्झा सगळेच खातात. ते सांगावं लागत नाही.

स्मार्ट फोन बऱ्याच जणांकडं असतो. तो घ्या असं सांगावं लागत नाही.

खूप महत्त्वाच्या- पण अगदी कमी केल्या जाणाऱ्या गोष्टी करायला सांगावं लागतं.

खूप महत्त्वाच्या गोष्टी करत राहिलं तर त्या गोष्टी तुम्हांला खूप महत्त्व मिळवून देतील.

मी माझ्या आयुष्यात घेतलेले बरेचसे निर्णय, ते योग्य असल्याची खात्री होती म्हणून घेतले नाहीत.

तर मला असलेल्या परिस्थितीच्या जाणिवेतून ते घेतले गेले.

पीएचडी सोडून देण्याचा निर्णय चांगला होता की नाही, मला खात्री नव्हती.

आयएसबीमधे जाण्याच्या निर्णयाचीही मला खात्री नव्हती.

स्वत:चं स्टार्ट-अप सुरू करण्यासाठी कॉर्पोरेट जॉब सोडायचा निर्णय योग्य ठरेल की नाही, मला खात्री नव्हती.

ते निर्णय योग्य ठरतील याची मला खात्री नव्हती.

मला एकाच गोष्टीची खात्री होती. ती म्हणजे मी त्या गोष्टी जशा होत्या तशा अवस्थेत करत राहू शकणार नव्हतो.

ते निर्णय मला घ्यावे लागतील हे मला माहीत होतं. कारण मी बाकी सर्व पर्यायांचा विचार केला होता.

ते निर्णय मला घ्यावे लागतील हे मला माहीत होतं. अन्यथा मला पश्चात्ताप करावा लागला असता.

ते निर्णय बरोबर आहेत की चूक हे मला माहीत नव्हतं.

पण अन्य सर्व पर्यायांविषयी माहिती असूनही ते निर्णय न घेणं हे नि:संशय चूक होतं.

निर्णय हे ध्येय ठरवण्यासाठी नसतात.

तर ध्येयाच्या दिशेनं पुढं घेऊन जाणारा रस्ता शोधण्यासाठी असतात.

आपण जे काही करतो ते लोक आपल्याविषयी काय म्हणतील, हा विचार मनात ठेवून करत असतो.

पण यातून प्रश्न निर्माण होतो की, आपण कोणाचं आयुष्य जगत असतो?

बऱ्याच गोष्टी आपल्याला करायच्या नसतानाही लोकांना आवडतात म्हणून करतो.

आपल्याला आपला दिवसभराचा जॉब आवडत नसतो आणि म्हणून सुट्टीचे दिवस आपण आपल्या आवडत्या कामासाठी राखून ठेवलेले असतात. पण त्याऐवजी आपल्याला मित्रांबरोबर फिरायला जावं लागतं.

आपण वेळेवर झोपायचा प्रयत्न करत असतो पण आपल्याला पार्ट्यांना हजेरी लावावी लागते.

बऱ्याचदा केवळ लोकांचं मत आपल्याविषयी चांगलं असावं म्हणून काही गोष्टींना आपण 'हो' म्हणतो.

अशा छोट्या छोट्या पराजयांमुळं अखेरीस मन उद्विग्न होतं.

सतत कोणातरी दुसऱ्यासाठी जगणाऱ्या माणसांनी भरलेल्या या जगामधे स्वत:शी प्रामाणिक राहणं म्हणजे खऱ्या अर्थानं जीवन जगणं.

ते कठीण आहे. पण दुसऱ्या कोणाचंतरी आयुष्य जगण्यापेक्षा कणभरही कठीण नाही.

आर्थिक ऋणामुळं जितक्या लोकांचं नुकसान झालं आहे त्याहून कित्येक पटींनी जास्त लोकांचं नुकसान भावनिक ऋणामुळं झालेलं आहे.

आपल्या आईवडिलांपुढं कधीच आपलं प्रेम व्यक्त न करू शकल्याचं ऋण.

कायम आपल्याला आधार देणाऱ्या मित्राची माफी कधीच न मागितल्याचं ऋण.

इतरांना खूश करण्यात मग्न असल्यानं कधीच स्वत:ला आनंदी न ठेवता आल्याचं ऋण.

पैसा येत राहतो आणि जात राहतो.

त्यामुळं आज नाही तर उद्या आपण आर्थिक ऋण फेडू शकू.

पण सतत वाढत जाणारा भावनिक ऋणाचा डोंगर आपल्याला आयुष्यभर रोज दडपून टाकत राहील.

कधीही दोन गोष्टींपैकी कोणती एक निवडावी हे ठरवता येत नसेल तर दोन्हींची निवड करणं हे नेहमी आणि अगदी चुकीचं ठरतं.

तुम्हांला पैसा हवा की सत्ता?

तुम्हांला मोठं महाविद्यालय हवं की अभ्यासक्रम उत्तम असायला हवा?

तुम्ही पगाराला महत्त्व द्याल की ब्रँडला?

'दोन्ही' – असं तुम्ही म्हणू शकता.

पण मग तडजोड करत आयुष्य जगावं लागेल.

किंवा तुम्हांला हवं ते एक तुम्ही निवडू शकता.

आणि त्यात यशस्वी होऊ शकता.

किंवा जर तुम्हांला यश मिळालं नाही तर चुकीच्या ठिकाणी धाडस दाखवलं असं समजून धडा घ्या.

एकाचीच निवड करणं, काही शिकवून जातं.

दोन्हींची निवड केली, तर फक्त गोंधळ उडतो.

शांत राहणं ही एक कला आहे.

उपहास केला जात असताना शांत राहणं.

एकटं पाडलं गेलं असताना शांत राहणं.

जाब विचारला जात असताना शांत राहणं.

लोकांचं बरोबर आहे म्हणून नाही. त्यांचं बरोबर असेल किंवा नसेल.

पण जर तुम्ही तुमची शांतता ढळू दिली तर परिस्थिती सुधारण्याऐवजी आणखी चिघळेल.

आसपास सगळं शांत असतं तेव्हा तर कोणीही शांत राहू शकेल.

पण वादळातही शांत राहता येणं ही कला आहे.

कोणी एखादी गोष्ट सहज वागवत असेल
तर याचा अर्थ ती गोष्ट जड नसेल असा नाही.

प्रत्येक जण काही ना काही भार वागवत असतो.

म्हणूनच इतरांविषयी सहानुभूती राखा.

एखाद्या गोष्टीत जर चालढकल केली जात असेल तर ती आळशीपणापेक्षा जास्त त्याविषयीच्या भीतीपोटी केली जाते.

तुम्ही एखाद्या गोष्टीत चालढकल केली तर ती आळसामुळं नसते.

तुम्हांला त्या गोष्टीची भीती असते.

जर मला अपयश आलं तर?

जर मला यश मिळालं तर?

जर त्यानंतर माझ्या आयुष्याला वेगळं वळण लागलं तर?

जर मला नकार स्वीकारावा लागला तर?

तुम्ही आळशी नाही. तुम्हांला तुमची दुसरी बाजू समजून घ्यायची नाही इतकंच.

कारण मग तुमच्याकडं काम टाळण्याची काही सबबच राहणार नाही. आणि तुम्हांला असं भयमुक्त जीवन जगण्याची सवयही नाही.

आपण मिळवलेल्या यशाचं समधान वाटणं हेच सर्वांत मोठं यश आहे.

तुमच्यापेक्षा वयानं लहान असलेले नेहमीच तुमच्यापेक्षा जास्त कमाई करणार.

हे सत्य आहे.

तुम्हांला कितीही यश मिळालेलं असू दे, त्यानंतरही जर तुम्हांला एखाद्याविषयी ईर्ष्या वाटत असेल तर खरंच तुम्ही यशस्वी आहात का?

जगाला समाधान नकोच असतं. मला वाटतं, समाधानी होणं हे सर्वांत मोठं कौशल्य आहे.

तुमच्या प्रवासाविषयी समाधान.

तुम्ही किती मार्गक्रमण केलं आहे त्याविषयी समाधान.

स्वत:मधल्या सर्व नकोशा गोष्टी काढून टाकता आल्याचं समाधान.

समाधान लाभल्याचं समाधान.

तुम्ही जेव्हा खऱ्या अर्थानं समाधानी असता तेव्हाच पुढची शिखरं गाठण्याच्या नव्या प्रवासाचा आनंद घेऊ शकता. अन्यथा तुम्ही आतापर्यंतच्या प्रवासाचं सिंहावलोकन करत तो कसा भव्यदिव्य होता या विचारातच गुंतून राहाल.

मनाची शांती आणि ऊर्जाहीनता यांत गोंधळ होऊ देऊ नका.

शांती म्हणजे काहीच न करणं नव्हे.

उलट शांतीमधे, विचार कृतीत उतरवण्याची शक्ती असते.

शांत राहणाऱ्या लोकांमधे जास्त ऊर्जा असते. कारण ते आपली ऊर्जा बोलण्यात व्यर्थ न घालवता धाडसी कार्य करण्यासाठी वापरतात.

शांती हीच ऊर्जा.

कारण ती ऊर्जाच कल्पनांना सत्यामधे आणते.

विचारांना कृतीत आणते.

आणि अदृश्याला मूर्त रूप देते.

तुम्ही स्वत:शी साधलेला संवाद तुमचं मूल्य ठरवतो.

आपणच आपल्याला आपल्याबद्दल काय काय सांगत असतो.

''मी हरलो आहे! मी कधीच लवकर उठू शकत नाही! माझं कधीच कोणाशी जमत नाही!''

किंवा

''जर मी हळू हळू प्रयत्न करत राहिलो तर हे नक्कीच करू शकेन!''

''मी व्यवस्थित आहे.''

''आतापर्यंत मी अनेक कठीण प्रसंग निभावून नेले आहेत.''

रोज सकाळी आपण उठतो आणि आपण आपल्यालाच स्वत:विषयी सांगितलेल्या कथांमधलं आयुष्य जगत राहतो.

पण आरशात आपलं प्रतिबिंब पाहताना आपण आपल्यालाच सांगितलेली आपली कथा बदलूही शकतो.

आपण चुकीचा निर्णय घेऊ या भीतीनं तुम्ही निर्णयच घेत नाही आहात का?

जर तुम्ही काहीच हालचाल करत नसाल तर तुम्ही आधीच चुकीचा निर्णय घेतलेला आहे.

जेव्हा तुम्ही एखादा निर्णय घेता तेव्हा एक तर तुम्ही बरोबर असता किंवा चूक.

जेव्हा तुमचा निर्णय बरोबर ठरतो तेव्हा आयुष्यात काय करायचं असतं हे तुम्हांला समजतं.

जेव्हा तुमचा निर्णय चुकीचा ठरतो तेव्हा तुम्ही आयुष्याला कलाटणी देणारा धडा शिकता.

पण तुम्ही जिथं आहात तिथंच थांबून राहिलात तर यातलं काहीच घडणार नाही.

हालचाल केल्यानं चालना मिळते.

निःस्तब्धता, दुःख वाढवते.

मग आयुष्यातले निर्णय घेताना आदर्श मानसिक प्रक्रिया काय असावी?

१- स्वतःला विचारा, 'वाइटात वाईट काय होईल?'

२- डोळे बंद करून त्या वाईट गोष्टीची तपशिलात जाऊन कल्पना करा.

३- मग स्वतःला विचारा, ''त्या वेळी मी मानसिक, सामाजिक, आर्थिक, शारीरिक आणि भावनिक पातळीवर ठीक असेन का?''

४- उत्तर 'हो' असेल तर ते काम करा

अशी कोणती व्यक्ती आहे जी तुमच्या अपयशामुळं सगळ्यांत जास्त निराश होईल?

त्या व्यक्तीला आपल्यामुळं निराशा येईल या भीतीमधून जर तुम्हांला बाहेर पडता आलं तर?

आपल्यापैकी बऱ्याच लोकांसाठी ती व्यक्ती म्हणजे आपले आईवडील असतात.

आपल्यामुळं त्यांना कमीपणा तर येणार नाही ना, या भीतीसह आपण जगत असतो.

पण त्यांच्याशी संवाद मात्र आपण क्वचितच साधतो.

संवाद... परवानगी मागण्यासाठी...

परवानगी... अपयशाची.

आपली सर्वांत जवळची व्यक्ती जेव्हा आपल्याला खात्री देते की काहीही झालं तरी तिचं आपल्यावरचं प्रेम तसंच राहील तेव्हा 'वाट्टेल त्या' गोष्टींचा सामना करण्याची ताकद आपल्यात येते.

बोला त्यांच्याशी, आजच!

आणि विचारा त्यांना, "माझ्यावर वाइटात वाईट परिस्थिती आली तरी तुम्ही माझ्यावर प्रेम कराल ना आणि माझा मान राखाल ना?"

ते कधीच 'नाही' म्हणणार नाहीत.

तुम्ही जे करता त्यात तुम्हांला आनंद वाटत नसेल तर लोकांना ते सहज समजतं.

हा फरक तुम्हांला सगळीकडं दिसेल– आनंदानं भाजी विकणाऱ्या एखाद्या भाजीवाल्यापासून ते गलेलठ्ठ पगार मिळूनही कायम दुर्मुखलेल्या एखाद्या मोठ्या नोकरदारापर्यंत.

आनंदाची (आणि सुखाची) भाषा, तुमचा चेहरा आणि डोळ्यांमधून बोलली जाणारी भाषा आहे.

त्यासाठी मुद्दाम काही करावं लागत नाही.

तुम्ही जसे आहात तसे त्या भाषेत व्यक्त होता.

ही एकच अशी गोष्ट आहे जी तुम्ही कधी लपवू शकत नाही.

हाच तर त्या भाषेचा सर्वांत चांगला गुण आहे आणि सर्वांत वाईटही.

असं काही आहे का– की जे तुम्ही अजूनही पूर्ण केलेलं नाही आणि ते न केल्याबद्दल तुम्ही स्वत:ला दोष देत आहात?

तुम्हांला ते करता आलं नाही. कारण ते कधी तुमचं प्राधान्य नव्हतंच. त्यासाठी अजूनही वेळ आहे असं तुम्हांला वाटतं.

एखादी अर्धवट पडून राहिलेली हस्तकलेची वस्तू, तुमचं प्राधान्य नसतं.

तसंच आईला लिहायचं राहून गेलेलं पत्र, तुमचं प्राधान्य नसतं.

आणि कदाचित साफ करायची राहून गेलेली तुमची खोलीही.

तुम्हांला वाटत असतं की अजून बराच वेळ आहे. पण खरं तर वेळच अशी गोष्ट आहे जी तुमच्याकडं नाही.

बरेचदा प्राधान्यक्रमाच्या गोष्टी खूप वरवरच्या असतात.

आणि त्यांच्यात चालढकल करण्यानं समस्या निर्माण होतात.

आयुष्यातले बरेचसे निर्णय बदलता येणारे असतात.

पण आपल्याला मात्र ते दगडावर कोरलेल्या रेघेसारखे कायमचे पक्के वाटतात.

निर्णय बदलता येतो हे लक्षात आल्यावर लगेचच आपण अगदी मोकळेपणानं विचार करू लागतो.

बरेचसे निर्णय बदलताही येतात. पण बऱ्याच लोकांना तसं वाटत नाही. कारण आपण त्या निर्णयाच्या परिणामांशी जोडले गेलेले असतो.

निर्णय बदलता येतात हे लक्षात घेऊन जर आपण निर्णय घ्यायला लागलो तर आपल्यासाठी किती शक्यता उपलबद्ध आहेत हे समजतं. आणि तेही आपण केवळ निर्णय घेऊन कृती करायला लागतो म्हणून.

जे लोक स्वत:ला परीणामांशी बांधून न घेता प्रक्रियेचा आनंद लुटू शकतात तेच मोकळेपणानं विचार करू शकतात.

कधी 'नाही' म्हणायचं हे समजणं.

आणि ते म्हणता येणं.

हेच जीवन–कौशल्य आहे.

तुम्ही जर खरे असाल, सदा सर्वकाळ जसे आहात तसेच वागत असाल तर तुम्हांला कोणीही स्पर्धक नसेल!

तुम्हांला कोणीही हरवू शकणार नाही. कारण कोणीही तुमच्यासारखं होऊच शकणार नाही!

तुम्हांला गायला आवडतं? छान! कोणी जर 'गाताना तुमच्यासारखं गायचा प्रयत्न' करत असेल तर ती व्यक्ती तुम्हांला हरवू शकणार नाही.

तुम्हांला स्टार्ट-अपऐवजी नोकरी करायला आवडतं? मग त्या रोजच्या कामात तुम्हांला मिळणारा आनंद कोणीच हिरावून घेऊ शकणार नाही.

जिथं सगळे जण एकमेकांसारखं वागा-बोलायचा प्रयत्न करत असतात अशा जगात तुम्ही जसे आहात तसेच वागत राहिलात तर तो तुमचा सर्वांत मोठा विजय असेल.

जी व्यक्ती खोटा आविर्भाव न बाळगता जशी आहे तशीच राहते, तिच्याच पायाशी पैसा, यश, भौतिक सुखं लोळण घेतात.

आणि जी व्यक्ती इतरांना खूश करण्यासाठी खोटं वागत राहते- तिला पैसा, यश आणि भौतिक सुखं मिळू शकतात; पण तिचा आनंद हरवलेला असतो.

आपण काय करायला हवं याची नुसती जाणीव असणं, ते करण्यासाठी पुरेसं नाही.

कारण जाणीव ही एखाद्या निर्णयाची फक्त सुरुवात असते.

पूर्णता नाही.

पहिला टप्पा – जाणीव

दुसरा टप्पा – कृती

तिसरा टप्पा – याची पुनरावृत्ती.

फक्त जाणीव असेल, पण त्याअनुसार काहीही कृती नसेल तर तुम्ही काहीच मिळवू शकणार नाही.

पण तुम्हांला जर जाणीव असेल आणि त्या जाणिवेअनुसार तुम्ही कृतीही करत असाल तर तुम्ही बरंच काही मिळवू शकता.

तुम्हांला माहीत असतं त्याअनुसार तुम्ही कृती करता. त्यातून तुम्ही शिकता. मग तुम्हांला आणखी माहिती मिळते. आणि तुम्ही या प्रक्रियेची पुनरावृत्ती करत राहता.

अविवेकी अविचारी स्पर्धेत नुसतं धावत राहून स्वत्व गमावण्यापेक्षा स्वत:ला जाणून घेण्यासाठी स्वत:च्या शोधात भटकणं केव्हाही चांगलं.

समजा, सहा महिन्यांपूर्वी दिवसभराचं काम सांभाळत असतानाच तुम्ही एखादं गाणं शिकण्याचा प्रयत्न केला असेल. ते गाणं तुम्हांला आवडत असेल. पण त्या गाण्याचे बोल तुम्हांला जास्त आवडले असतील.

त्यामुळं आता नोकरी सांभाळून कदाचित तुम्ही छोट्या छोट्या संगीत-समूहांसाठी गीतलेखन करू लागाल.

जग त्याला भरकटणं म्हणेल.

म्हणू दे.

केवळ इतर लोक करत आहेत म्हणून आपल्याला आवडत नसलेलं एखादं काम करण्यात धन्यता मानण्यापेक्षा, हे कित्येक पटीनं बरं आहे.

मूल्यहीन गोष्टींच्या गराड्यामधे हरवून जाण्यापेक्षा एखादी बहुमूल्य गोष्ट मिळवण्यासाठी हरपून जाणं चांगलं.

स्वत:ची तुलना इतरांबरोबर करणं म्हणजे खूप मोठा वेळ वाया घालवणं.

प्रत्येकाच्या आयुष्याची सुरुवात वेगळी असते.

प्रत्येकाच्या आईवडिलांचे स्वभाव वेगळे असतात.

त्यांच्या आवडीनिवडी आणि छंद वेगळे असतात.

त्यांच्या आईवडिलांच्या यशाची गणितं वेगळी असतात.

जगाच्या व्यवहारात चपखल बसायला शिकवणारे शिक्षक वेगळे असतात.

आणि असं असतानाही तुम्ही कोणाशीतरी स्पर्धा करून त्याच्या पुढं जायला बघता.

असं करणं हा तुमच्या स्वत:च्या जीवनप्रवासाचा आणि इथपर्यंत येण्यासाठी तुम्ही केलेल्या प्रयत्नांचा अपमान आहे.

जर तुम्हांला तुलनाच करायची असेल तर काल तुम्ही कसे होतात त्याच्याशी करा.

आपल्या पुढं नेहमी दोन पर्याय असतात :

१– एक सोपा

२– एक योग्य

काम पूर्ण करून सुपूर्द करायला वेळ लावणं सोपं आहे.

ते निर्धारित वेळेत पूर्ण करणं योग्य आहे.

सहकाऱ्याविषयी निरर्थक चर्चा करणं सोपं आहे.

त्यांचा दृष्टिकोन समजून घेणं योग्य आहे.

सोप्या गोष्टी करणं नेहमीच सोपं असतं. पण म्हणून योग्य गोष्टी करणं कधीच चूक ठरत नाही.

सोप्या गोष्टी तुम्हांला लगेचच आनंद देतील.

योग्य गोष्टींचा आनंद अनुभवायला काही काळ जावा लागेल.

आपण वस्तूंमधे गुंतलेले नसतो.

त्या वस्तूंशी जोडल्या गेलेल्या भावनांमधे गुंतलेले असतो.

ती कार, तो फोन, ते सोशल मीडिया स्क्रोलिंग, सोशल मीडियावर मिळणारे लाइक्स, कपड्यांचे ते ब्रँड्स, ते उपाहारगृह, ते जिंबल, तो पदार्थ - या सर्व वस्तू, केवळ वस्तू आहेत.

आपण गुंततो ते त्या वस्तूंमुळं मिळणाऱ्या अनुभवामधे.

आपल्या स्वत:मधे.

त्यामुळं दोष वस्तूंचा नसतो.

आपणच आपल्या भावना समजून घेण्यासाठी असमर्थ असतो.

केवळ एक नोकरी, हुद्दा, कंपनी, काम, भूमिका किंवा पगार मिळवण्यासाठी महाविद्यालयात जाऊ नका.

महाविद्यालयात जाल, ते स्वत:ला समजून घेण्यासाठी.

'मला काय उत्तम जमतं?'

'मला कशात आनंद मिळतो?' हे ओळखण्यासाठी.

महाविद्यालयांचा उद्देश केवळ शिक्षण देणं एवढाच नसतो.

शिक्षण तर आज इंटरनेटवर/आंतरजालावर सहज आणि खूप मोठ्या प्रमाणावर उपलब्ध आहे.

महाविद्यालय असतं, ते आपण कशात आनंद मिळवू शकतो हे समजून घेण्यासाठी.

महाविद्यालय असतं, ते वेगवेगळ्या गोष्टी जाणून घेण्यासाठी. 'स्थिरता' मिळवण्यासाठी नाही.

महाविद्यालय असतं ते, स्वत:चा शोध घेण्यासाठी!

ऑनलाइन कोर्सेस करा. इंटर्नशिप (कामाचा अनुभव घेण्यासाठी नोकरी) करा. नेटवर्क कसं तयार करायचं ते शिका. ऑनलाइन कम्युनिटींमधे सामील व्हा. मुक्त व्यावसायी व्हा. स्टार्ट-अप चालवा आणि भटकंतीही करा.

तुम्हांला खास तुमच्यासाठी तयार केलेली 'खुर्ची' मिळेपर्यंत जमेल तितक्या वेगळ्या प्रकारच्या खुर्च्यांवर बसून बघा.

जर तुम्ही कधी विचारलंच नाहीत तर
उत्तर नेहमी 'नाही' हेच असेल.

आपण घेतलेला एखादा निर्णय आपल्याला अडकवून ठेवू शकत नाही.

आपल्यासाठी अन्य निवडीचे पर्याय नेहमीच उपलब्ध असतात.

आपल्याला फक्त ते निवडण्याची भीती वाटत असते.

आपण काय करायला हवं हे आपल्याला माहीत असतं. पण आपला जवळचा मित्र काय म्हणेल याची आपल्याला चिंता असते. आपले शेजारी आपल्याबद्दल काय बोलतील याची काळजी असते. त्याहीपेक्षा जास्त मोठी भीती असते ती अपयशाची किंवा मुळात प्रयत्न करायचीच.

म्हणून आपण जिथं असतो, तिथंच थांबून राहतो.

माफी मागण्यापेक्षा बचाव करणं चांगलं.

नाही!

पश्चात्तापापेक्षा धोका पत्करणं चांगलं.

तुमच्या विशीच्या वेळचे लोक–

तुमच्या आसपास बघा.

लोक पश्चात्तापदग्ध आहेत.

त्या पश्चात्तापाचं कारण समजून घ्या.

त्यामुळं काय करायचं नाही, हे तुम्हांला समजेल.

विशीच्या नंतरचे लोक–

स्वत:कडं बघा.

तुम्ही पश्चात्तापदग्ध आहात.

त्या पश्चात्तापाचं कारण तुम्हांला समजलेलं आहे.

ते इतरांना सांगा. त्यामुळं काय करायचं नाही हे त्यांना समजेल.

कोणाकडून शिकायचं हे ठरवू नका.

काय शिकायचं हे ठरवा.

जगाला सर्वांत मोठा धोका अज्ञानी
लोकांपासून नाही.

तर अज्ञानी असूनही स्वत:ला योग्य
समजणाऱ्या लोकांपासून आहे!

जगानं आपल्याविषयी काय बोलावं यावर आपण नियंत्रण ठेवू शकत नाही.

जग तुमच्याविषयी जेव्हा काही बोलतं तेव्हा त्यावर आपण कसं व्यक्त व्हायचं यावर तुम्ही नियंत्रण ठेवू शकता.

जग नि:संशय तुमच्याविषयी बोलणारच. त्यात आश्चर्य वाटण्यासारखं काहीच नाही.

त्या संवादांचे परिणाम आपल्यावर कसे करून घ्यायचे हे तुम्ही ठरवायचं आहे. त्यावर तुम्ही नियंत्रण ठेवायचं आहे.

कारण त्या वेळी तुम्ही जो प्रतिसाद द्याल त्यावर जगाची तुमच्याशी वागणूक ठरणार आहे.

म्हणूनच असं म्हणायला हरकत नाही की, तुम्ही जेव्हा जगाला प्रतिसाद देता तेव्हा त्या प्रतिसादातून तुम्हांला कसं वागवायला हवं हे तुम्ही जगाला शिकवत असता.

ज्यात अजिबात आनंद मिळत नाही असं काही करण्यात तुम्ही बराच काळ घालवला आहे का?

मग आता भविष्याचा विचार करा. मागं काय होऊन गेलं त्याचा विचार करू नका.

जे झालं, ते झालं.

मग ते चांगलं असो किंवा वाईट. तुम्ही ते आता बदलू शकत नाही.

पण तुम्ही जे काही करत आहात, ते काही उपयोगाचं नाही हे जेव्हा तुमच्या लक्षात येईल तेव्हा तुमच्याकडं दोन पर्याय असतील :

१- तेच करणं सुरू ठेवायचं कारण 'तेच करण्यात आतापर्यंत खूप वेळ खर्च केला आहे.'

२- जर ते करायचं नसेल तर पुढं काय याचा विचार करणं.

तुम्हांला तुमच्या भूतकाळाशी जोडणारा प्रत्येक क्षण तुमच्या भविष्याला आकार देण्यापासून तुम्हांला दूर ठेवत असतो.

तुमचा भूतकाळ जरी कितीही कष्टाचा, झळाळता आणि चमकदार असला तरीही वर्तमानाशी त्याचा काहीही संबंध नसतो. आणि त्याला भविष्याशी जोडण्याला तर काहीच अर्थ नसतो.

लोक तुम्हांला कशा प्रकारे मदत करू शकतात हे त्यांना समजण्यासाठी तुम्हीच मदत करायला हवी. तरच ते तुम्हांला मदत करतील.

मदत मिळवायचा उत्तम उपाय म्हणजे तुम्हांला मदत देणं लोकांसाठी सोपं करणं.

तुम्हांला मदत देणं लोकांना सोपं करण्याचा उत्तम उपाय म्हणजे आपल्या गरजा स्पष्ट करणं.

आपल्या गरजा स्पष्ट करण्याचा उत्तम उपाय म्हणजे तुम्हांला नक्की कसली मदत हवी आहे ते व्यक्त करणं. आणि का? तेही स्पष्ट करणं.

'मला मिळू शकलं असतं' आणि 'माझ्याकडं आहे' या दोन्हींमधलं अंतर म्हणजे पश्चात्ताप.

मी अमेरिकेमधे माझं पीएचडी सुरू ठेवलं असतं, ते चांगल्या प्रकारे पूर्ण केलं असतं, त्यातून मला आनंद मिळत नसला तरीही केलं असतं.

पण...

मी पीएचडी सोडून दिलं, भारतात परत आलो, काय करायचं ते माहीत नव्हतं, महिना १५,०००/- पगाराची नोकरी करायला लागलो आणि चौदा लाखांचं कर्ज घेऊन एका पाच वर्षांपासून चालू असणाऱ्या बिझनेस स्कूलमधे प्रवेश घेतला.

त्यातून मला काय मिळालं, तर सुरक्षिततेच्या कक्षेतून बाहेर पडण्याचं आणि मला ज्यात आनंद लाभेल असं वाटलं ते करण्याचं स्वातंत्र्य. ज्यातून मला खरंच आनंद लाभला.

'पीएचडीमधे आनंद मिळत नाही म्हणून तू ते सोडलं असतं आणि त्याऐवजी कशात आनंद मिळेल याचा शोध घेतला असता तर काय झालं असतं?' हा प्रश्न मला नको होता.

'तर काय झालं असतं?' हा प्रश्न मला नको होता.

जगातली सर्वांत कठीण गोष्ट म्हणजे एखादी गोष्ट अजिबात कठीण नाही हे स्वत:ला समजावणं.

सकाळी लवकर उठणं कठीण नाही.

पैसा कमावणं कठीण नाही.

अनोळखी लोकांशी संपर्क साधणं कठीण नाही.

प्रेम व्यक्त करणं कठीण नाही.

अनोळखी लोकांना थेट ईमेल (कोल्ड ईमेल) पाठवणं कठीण नाही.

बढती मागणं कठीण नाही.

प्रश्न विचारणं कठीण नाही.

आपलं मत मांडणं कठीण नाही.

कठीण आहे, ते या गोष्टी कठीण नाहीत हे आपल्या मनाला पटवणं.

आपण करू शकतो, हे स्वत:ला पटवणं.

तुम्हांला जर हरण्याची भीती वाटत असेल तर तुम्ही आधीच हरलेले असता.

हरणं हा परिणाम आहे.

आणि भीती हे तुम्ही त्या परिणामाला पुरवलेलं कारण आहे.

तुम्ही परिणामावर नियंत्रण ठेवू शकत नाही.

पण स्वत:ला काय पुरवायचं यावर नियंत्रण ठेवू शकता.

हरायच्या भीतीमुळं तुम्ही जर प्रयत्नच केला नाही तर त्याचा अर्थ तुम्ही स्वत:ला हरण्यासाठी कारण दिलं आहे.

एकदा तुम्ही हे कारण ठरवलं की, तुम्ही आधीच परिणाम निर्माण करता. तुम्ही हरलेले असता.

तुमच्या आयुष्यातल्या आत्यंतिक संस्मरणीय अशा क्षणांमधे किंवा घटनांमधे नक्कीच एक स्वातंत्र्याची भावना दडलेली असेल.

उदाहरणार्थ, परीक्षा उत्तीर्ण झाल्याचा क्षण. कारण त्यानंतर तुम्ही आर्थिक दृष्टीनं स्वतंत्र होणार असता.

ध्यानधारणा करताना ज्या क्षणी आपल्या अंतर्मनाचा गुंता उलगडता येतो हे जाणवतं तो ब्रह्मानंदाचा क्षण.

आपल्या कारमधून किंवा बाइकवरून शहराबाहेर सहज मारलेला फेरफटका.

जे क्षण आपल्या स्मरणात राहतात ते त्या क्षणी काय घडलं यासाठी नाही.

तर त्या क्षणांनी आपल्याला दिलेल्या अनुभवांसाठी.

असे क्षण देणाऱ्या घटना जिथं कुठं घडल्या त्या स्थानामुळं आपल्या स्मरणात राहत नाहीत.

त्या घटना आपल्या आत काय घडवतात यावरून त्या संस्मरणीय ठरतात.

काय होईल याची चिंता करण्याऐवजी काय होऊ शकतं याचा अंदाज करा.

आपली कल्पनाशक्ती आपल्यासाठी वरदानही असते आणि कधीकधी शापही ठरते.

आपलं स्वप्न असलेल्या एखाद्या प्रोजेक्टमधे आपण अपयशी ठरलो तर काय होईल, याची कल्पना आपण करू शकतो.

किंवा

आपलं स्वप्न असलेल्या प्रोजेक्टला झळाळतं यश लाभलं आहे अशीही कल्पना करू शकतो.

आपण आपल्या विचारांनी आपल्याच भोवती पिंजरा उभारू शकतो किंवा सर्व कुंपणं आणि भिंती तोडून शक्य तितका मोठा सकारात्मक विचारही करू शकतो.

एकामागोमाग एक, क्षणाक्षणाला, प्रत्येक घटनेमधून आपली कल्पनाशक्ती आपल्या मनात भयगंड निर्माण करते किंवा आपल्याला शक्ती देते.

यातली जी कल्पनाशक्ती आपण धारण करतो तिच्याअनुसार आपलं आयुष्य घडत जातं.

आयुष्य संघर्षमय आहे.

जगानं घालून दिलेले नियम पाळत जगाबरोबर जगण्याचा प्रयत्न करण्यात संघर्ष असू शकतो.

जिथं आपले स्वत:चे नियम असतील, असं स्वत:चं एक जग बनवतानाही संघर्ष करावा लागतो.

कोणता संघर्ष करायचा हे तुम्ही ठरवायचं आहे.

...

एखादा कॉर्पोरेट जॉब ही करिअरची उत्तम सुरुवात असू शकते.

१- त्यामुळं संरचना, प्रक्रिया आणि व्यवस्थेचं महत्त्व समजतं.

२- छोट्या छोट्या वैयक्तिक कृतींनी मिळून एक मोठं कार्य कसं उभं केलं जातं हे समजतं.

३- खूप लवकर स्थैर्य लाभतं.

कॉर्पोरेट जॉब नाकारल्यानं तुम्ही शहाणे ठरत नाही.

कोणत्याही कामाची सुरुवात करताना 'सावकाश' आणि 'छोट्या प्रमाणात' या दोन विचारांमधे गल्लत करू नका.

...

केवळ तुम्हीच एक गोंधळलेले आहात असं नाही.

केवळ तुम्हांलाच खात्री नाही असं नाही.

केवळ तुम्हीच संघर्ष करत आहात असं नाही.

असं होत असेल तर तुम्ही बधिर आहात, अकार्यक्षम आहात किंवा अयोग्य आहात असं नाही.

संघर्ष तर प्रत्येक जण करतो आहे.

त्यातून सावरायचा प्रयत्नही प्रत्येक जण करतो आहे.

स्वत:ला दूषणं देऊ नका.

...

पैशांच्या बाबतीत, खूप माहिती घेतली म्हणून खूप समज येते असं होत नाही.

उलट त्यामुळं भीती वाढते.

....

आपल्याकडं जे आहे त्याविषयी कृतज्ञता बाळगणं हा एक विशेष गुण आहे.

प्रौढपणामधे शिक्षणात येणारा मोठा अडसर म्हणजे अहंकार!

‘‘मी आता मोठा झालो आहे. मला सगळं समजतं!’’ हा विचार.

असे बरेचसे ‘मोठे झालेले’ लोक कशा ना कशा प्रकारे या विचारात अडकतात आणि स्वत:वर बंधनं लादून घेतात.

एखादी गोष्ट माहीत नसेल तर नसू दे, ठीक आहे!

एखादी गोष्ट आपल्याला माहीत नाही हे आपण मान्य केलं तर ठीक आहे!

आपण ‘मोठे’ झालो असलो तरीही काही शिकून घेणं केवळ ठीक नाही– तर बरोबर आहे!!!

कारण जे आपल्या वाढत्या वयाचा विचार न करता शिकू शकतात तेच खऱ्या अर्थानं वाढत असतात.

परिपूर्ण आयुष्य ही सर्वांत जास्त फसवी कल्पना आहे.

आयुष्याचा भरभरून आनंद घेणारे लोक प्रतिस्पर्धात्मक लाभ घेत असतात.

कल्पना करा की तुमच्याकडं तुम्हांला हवा तितका पैसा आहे; पण तरीही तुम्ही दु:खी आहात.

किंवा कल्पना करा की तुम्ही तुमच्या मनाप्रमाणे जगता आहात आणि कोणालाही मिळणार नाही असा आनंद उपभोगता आहात.

आनंद हाच सर्वोच्च लाभ आहे. अन्य गोष्टी त्याच्या बरोबर आपोआपच येत जातात.

तुम्ही जर आधी व्यक्त झाला नसाल तर नंतरही काही बोलू नका.

कोंडून ठेवलेला राग कंपनी सोडून जाताना व्यक्त करण्याऐवजी तिथं कार्यरत असतानाच तिथल्या व्यवस्थापनाशी संवाद साधणं केव्हाही योग्य ठरतं.

कंपन्या उभारल्या जातात त्या सातत्यानं आणि सहजतेनं संवाद साधल्यानं! नाराजीमुळं कंपनी सोडताना उच्चारलेल्या आणि परत न घेता येणाऱ्या कडवट शब्दांमुळं नाही.

आपलं काम आपल्यासाठी कितीही अर्थपूर्ण असलं तरी त्यानं आपलं संपूर्ण आयुष्य व्यापून टाकू नये.

तुम्हांला तुमचं काम आवडत असेल.

त्यामधे तुम्हांला अतिशय आनंदही लाभत असेल.

पण त्यामुळं जर तुम्हांला स्वत:ला वेळच देता येत नसेल किंवा अगदी थोडा वेळ देता येत असेल तर ते काम योग्य नाही.

स्वत:ला वेळ देणं महत्त्वाचं आहे.

तुमच्या कामाला, तुमच्या आयुष्यावर अतिक्रमण करू न देण्यासाठी सीमारेषा आखणं अतिशय महत्त्वाचं आहे.

आणि स्वत:चा मान राखणं म्हणजे त्या सीमारेषांचा मान राखणं.

आपलं काम आपल्याला अर्थपूर्ण वाटणं चांगलंच. पण काम म्हणजेच आयुष्य- असा अर्थ लावणं धोकादायक आहे.

कोणतीही योजना आखलेली नसणं आणि तरीही शांत राहणं हीच एक उत्तम योजना आहे. त्यामुळं अपेक्षित ठिकाणी पोहोचण्यासाठी आवश्यक ते सर्व काही करता येऊ शकतं.

आपल्याला नेहमी सांगितलं जातं की, तुमच्याकडं निश्चित योजना असलीच पाहिजे.

जर एक योजना फसली तर दुसरी योजना तयार असायला पाहिजे.

दुसरी योजनाही फसली तर तिसरी योजना तयार असायला हवी.

अशा एकामागून एक योजना तयार ठेवायला हव्यात.

'योजना असायलाच हवी.'

समजा, तुम्हांला कोणी विचारलं की, आजपासून पाच वर्षांनंतर तुम्ही कुठं असायला हवं असं तुम्हांला वाटतं? आणि तुम्ही उत्तर देता, ''मला माहीत नाही. आणि मला ते माहीत असण्याची गरजही नाही.''

तेव्हाच तर मुक्तता असेल.

तेव्हाच स्वातंत्र्य असेल.

जेव्हा, जिथं आहोत तिथं आणि ज्यांच्या बरोबर आहोत त्यांच्या बरोबर आपण शांतता अनुभवू शकू.

जर तुम्ही एखाद्या सार्वजनिक ठिकाणी कोणतीही नशा न करता सहज नाचू शकत असाल तर त्याचा अर्थ, तुम्ही स्वत:ला जसं आहे तसं स्वीकारून स्वत:वर खूश आहात.

जर कोणत्याही उन्मादाशिवायही तुम्ही अत्यानंद अनुभवत असाल,

आनंद हेच जर तुमचं व्यसन असेल,

स्वत:च्या जाणिवा बधिर न करताही तुम्हांला व्यक्त होता येत असेल,

तर समजा- की तुम्ही सदानंदी शांत अवस्था प्राप्त केली आहे.

यासाठी तुम्हांला एकच गोष्ट धारण करायची आहे. ती म्हणजे, आपण जसे आहोत तसे मस्त आहोत हा दृढ आत्मविश्वास.

चुकांमधून शिकायचा सगळ्यांत सोपा मार्ग म्हणजे पुस्तकं वाचणं.

...आणि दुसरा मार्ग म्हणजे तुम्ही स्वतःच त्या चुका करणं.

कोणीतरी त्यांच्या आयुष्यात केलेल्या चुकांमधून आपण धडे घेण्याचा उत्तम मार्ग म्हणजे पुस्तकं.

मग त्याच चुका पुन्हा तुम्ही करायची गरजच काय?

समजा, तीनशे रुपयांचं एखादं पुस्तक आणि त्याच्या वाचनासाठीचे दोन तास हा एक पर्याय आणि चुका करत घालवलेली दहा वर्षं हा दुसरा पर्याय असेल तर तुम्ही यातला कोणता पर्याय निवडाल?

वेळ ही अशी गोष्ट आहे की जी कधीच परत येत नाही. आणि जर हा वेळ वाचवायचा असेल तर त्यासाठी उत्तम उपाय म्हणजे इतरांनी त्यांच्या वेळ घालवून केलेल्या चुकांमधून आपण धडे घेणं.

जगरहाटीतून स्वत:ला वाचवायचं असेल तर आपला मार्ग बदलणं हा योग्य उपाय आहे. सगळे जे करतात तेच तुम्ही करत राहिलात तर तुमचा शेवटही त्या सगळ्यांसारखाच असेल.

मी जगरहाटीपासून स्वत:ला कसा वाचवतो माहीत आहे? एखादा निर्णय घेताना मी स्वत:ला विचारतो, ''साधारणपणं लोक काय करतात?''

मग मी अन्य पर्यायांचा विचार करतो.

या एका प्रश्नामुळं अशा कितीतरी संधी आणि वेगळे मार्ग माझ्या पुढं स्पष्ट होत जातात, ज्यांची कल्पनाही जगरहाटीच्या मार्गावरून जाताना मी करू शकणार नाही.

प्रवाहाविरुद्ध गेल्यावरच आपण आपला स्वत:चा असा वेगळा प्रवाह शोधू शकतो.

तक्रार करण्यामुळं कधीच तक्रारीचं निवारण होत नसतं.

तक्रार करण्यानं समस्या आणखी वाढते.

ती परिस्थिती तशी का आहे याची कारणं दिली जातात.

त्या समस्येशी संबंधित व्यक्तीला आपण परिस्थितीचे बळी ठरलो आहोत असं वाटू लागतं.

यामुळं तुमच्यातली ऊर्जा कमी होत जाते आणि आपण काहीच करू शकत नाही हा समज पक्का होत जातो.

उर्वरीत आयुष्यासाठी तुम्हांला स्वत:ला कोणतीतरी एक सवय लावून घ्यायची असेल तर तक्रार न करण्याची सवय लावून घ्या आणि बघा तुमच्या समस्या कशा सहज सुटत जातात.

मग लक्षात येईल की तुम्हांला जी खरी समस्या वाटत होती ती खरी नव्हतीच. तक्रार करण्याची इच्छा हीच खरी समस्या होती.

नियमित व्यायाम करण्यामुळं तुम्हांला शिस्त लागते आणि स्थिरता येते.

तुम्ही धडधाकट शरीर विकत घेऊ शकत नाही.

तुम्ही त्रासदायक नसणारं रात्रभराचं जाग्रण विकत घेऊ शकत नाही.

तुम्ही शरीर धडधाकट असल्याचं ढोंग करू शकत नाही.

तुम्ही कोणाकडून धडधाकट शरीर बळकावून घेऊ शकत नाही.

आपलं शरीर धडधाकट नसेल तर त्याचा दोष तुम्ही इतरांना देऊ शकत नाही.

आणि आपल्यासाठी इतर कोणाला धडधाकट व्हायलाही सांगू शकत नाही.

तुम्हांला धडधाकट शरीर तेव्हाच मिळेल जेव्हा तुम्ही स्वत: नियमित व्यायाम करत राहाल.

आणि स्थिरचित्त राहाल.

तोच आयुष्यभरासाठीचा सर्वांत मौल्यवान धडा असेल.

जे लोक परिवर्तनापासून पळ काढतात
ते सर्वांत जास्त धोकादायक असतात.

आणि बरेचदा असेच लोक आपली
जास्तीतजास्त ऊर्जा शोषून घेतात.

तुम्ही जिथं आहात त्या जागेवर तुमचाच अधिकार आहे असा विचार करून स्वत:ला चुकूनही फसवू नका.

अधिकाराची कल्पना हा एक सापळा आहे.

त्यात अडकलं की स्वत:कडं बघताना आपण जिथं आहोत तिथं खूप कष्टानं पोहोचलो आहोत आणि आपणच त्यासाठी योग्य आहोत हा विश्वास दुणावतो.

पण सत्य हे आहे की आपण योग्य नसतो. आपल्याला केवळ भाग्य लाभलेलं असतं.

प्रेम, अन्न, वस्त्र, निवारा, काळजी, शिक्षण आणि मूल्य असं सगळं भरभरून देणाऱ्या कुटुंबात जन्म घेण्याचं भाग्य. उत्तम संगोपन होण्याचं भाग्य.

त्यामुळंच संधी आपल्याकडं सहज चालून येणार हे आपण गृहीत धरलेलं असतं.

बाहेरच्या जगातल्या लोकांना अशा संधी क्वचितच लाभतात.

खरं तर आपण कधीच करणार नाही इतकी जास्त मेहनत ते लोक करत असतात.

आपल्यापेक्षा ते अधिक हुशार असतात.

म्हणूनच कृतज्ञतेची भावना असू द्या, अधिकाराची नाही.

जी व्यक्ती तुम्हांला काहीही देऊ शकणार नाही अशा व्यक्तीलाही तुम्ही कसं वागवता, यावर तुमची जीवनमूल्यं ठरतात.

आयुष्यात पुढं जाण्यासाठी जीवनमूल्यांची मदत होईलच असं नाही.

पण गुंतागुंतीच्या परिस्थितीमधे तुम्हांला स्वत:ला सावरायला मात्र त्यांची मदत नक्कीच होते.

तुम्ही जे मिळवण्यासाठी प्रयत्न करता तेच तुम्हांला मिळतं.

ज्याची नुसती इच्छा करता ते नाही.

आणि ज्याची नुसती स्वप्नं पाहता तेही नाही.

ज्यासाठी उत्कटतेनं प्रयत्न करता ते तुम्हांला मिळतंच.

तुम्हांला लोकमान्यता हवी आहे? की समाधान?

तुम्हांला पैसा आणि त्याबरोबर एकटेपण हवं आहे? की पैसा आणि आनंद हवा आहे?

तुम्हांला सामाजिक प्रतिष्ठा हवी आहे? की तुमचं काम एवढीच तुमची ओळख नसावी असं वाटत आहे?

आपल्याला जे हवं असतं त्यापेक्षा काहीतरी वेगळं आपण जगाला दाखवत असतो. पण मनातल्या मनात मात्र आपल्याला काय हवं हे आपण पक्कं जाणून असतो.

आणि तुम्हांला जे हवं ते तुमच्या समोर वाढून ठेवणारी एक सुंदर व्यवस्था विश्वात कार्यरत असते.

आता प्रश्न असा आहे की, आपल्याला काय हवं आहे? असं काही की ज्यातून आपली हाव वाढत जाईल? की असं काही ज्यातून आपली हाव कमी होत जाईल?

भाग ४

उद्योजकता

मी २००९ पासून कागदोपत्री एक उद्योजक आहे. पण वयाच्या अकराव्या वर्षीच मी मित्रांबरोबर कॉमिक्स भाड्यानं द्यायचा 'स्टार्ट-अप' सुरू केला होता. एका बाजेवर बसून आम्ही तो धंदा करत असू. तेव्हापासूनच मी एक औपचारिक उद्योजक आहे.

पहिल्या दिवशी आम्ही अकरा रुपए कमावले.

कालांतरानं मला व्यवसाय कसा करायचा हे समजत गेलं.

मी मुख्यत: माझ्या चुकांमधूनच शिकत गेलो.

माझ्या प्रगतीमधे माझ्या यशापेक्षा जास्त वाटा, मी केलेल्या माझ्या चुका आणि अपयशाच्या विश्लेषणाचा आहे.

(उद्योजकता) या शब्दाचा योग्य उच्चारही करता येत नव्हता, तेव्हापासून मला त्याच्याविषयी प्रेम वाटत आलं आहे आणि त्या प्रेमातूनच मी माझं विश्लेषण करत गेलो.

तुमची तब्येत कशीही असो, स्टार्ट-अप कसाही चाललेला असो, प्रसिद्धी माध्यमं तुमच्याविषयी काहीही सांगत असोत, तुमचे सहसंस्थापक नीट काम करत नसोत, तुमच्या उत्पादनांना उठाव नसो किंवा ग्राहक रागवलेले असोत; पण काहीही झालं तरी एक संस्थापक या नात्यानं तुम्ही अगदी रोज तुमच्या कार्यालयात जायलाच हवं.

कारण तुमच्यातर्फे तिथं जावं असं कोणीही नसतं.

...

लोक, अकार्यक्षम सज्जनापेक्षा, कार्यक्षम दुर्जनाला साथ देणं जास्त पसंत करतात.

...

आंत्रप्रेन्युअरशिप हे प्रचंड कठीण काम असतं.

एक छान टीम तयार करायची, छानसं नाव योजायचं, पहिलंवहिलं काम पूर्ण करून बाजारात आणायचं हा पहिलेपणाचा सगळा उत्साह हळूहळू विरत जातो.

आणि मग त्यामधे आयुष्यातल्या छोट्या-मोठ्या गोष्टी डोकवायला लागतात.

अशा वेळी केवळ एकच उपाय असतो.

स्वत: स्वत:ला समजावणं.

तुम्ही संस्था स्थापन करण्याचं का ठरवलं याची आधी स्वत:ला आठवण करून द्या.

तुम्हांला ते करताना आनंद वाटत होता, स्वत:मधे परिपूर्णतेची भावना येत होती की त्यातून तुम्हांला शांती अपेक्षित होती, की आणखी काही अपेक्षित होतं हे आठवा.

कारण त्यामुळंच फरक पडणार आहे.

आयुष्यामधे आपल्या क्षमतेवर प्रश्नचिन्ह क्वचितच उमटतं.

प्रश्न असतो तो हेतूविषयीचा.

बुद्धीचं दान सर्वांनाच लाभलेलं असतं. लोक आपापल्या कामात कुशल असतात. किंवा ते कसं जमवून आणायचं हे जाणत असतात.

कमतरता असते ती उद्देशाची.

लोकांचा उद्देश स्पष्ट नसतो, कारण लोकांना नेता आवडत असतो.

लोकांचा उद्देश स्पष्ट नसतो, कारण त्यांना योग्य दिशा मिळालेली नसते.

लोकांचा उद्देश स्पष्ट नसतो, कारण ते बेफिकीर असतात.

लोकांचा उद्देश स्पष्ट नसतो, कारण त्यांची कोणी नोंदच घेत नसतं.

लोकांचा उद्देश स्पष्ट नसतो, कारण ते एखाद्या मोठ्या उत्पादनासाठी नाही, तर कोणा एका माणसासाठी काम करत असतात.

जर या लोकांना त्यांचा खरा उद्देश काय आहे हे समजण्यासाठी मदत केली गेली तर हेच लोक सर्वांत प्रथम स्वत:ची क्षमता जाणू शकतील आणि ती जाणल्यावर आश्चर्यचकितही होतील.

एखाद्या माणसाला कधीच त्याची चूक दाखवून देऊन समजावता येत नाही.

एखाद्याला मूळ मुद्दाच समजलेला नाही हे सांगणं म्हणजे ढोंगीपणा आहे.

"तुला कधीच समजणार नाही," असं एखाद्याला सांगणं म्हणजे स्वत:ला आरशात बघण्यासारखं आहे.

होय! लोक चुकू शकतात.

त्यांना मूळ मुद्दा समजत नाही.

होय! त्यांना बरेचदा समजतही नाही.

यातलं काहीच खोटं नाही.

आणि तरीही, आंत्रप्रेन्युअरशिप सांभाळणं आणि टीम तयार करणं यांमधे, नव्वद टक्के समज आणि केवळ दहा टक्के कार्यान्वयन असतं.

नव्वद टक्के सहानुभूती आणि दहा टक्के स्वातंत्र्य असतं.

पण धीर मात्र शंभर टक्के असावा लागतो.

"जर माझा तुझ्यावर विश्वासच नसेल तर तू कितीही हुशार असलास तरी त्याचा काहीही उपयोग नाही."

मला मिळालेला आतापर्यंतचा हा सर्वांत महत्त्वाचा धडा.

माझ्या पहिल्या व्यवस्थापकानं मला हे सांगितलं होतं. सतत माझ्या कामातल्या चुका काढत राहिल्यानंतर त्यानं हे सांगितलं.

मला वाटत होतं की मला चुका दाखवून देणं हे माझ्या व्यवस्थापकाचं कामच आहे.

चूक!

काम अचूक पूर्ण करणं हे माझं कर्तव्य होतं. आणि त्यावरून काम पुढं नेणं हे माझ्या व्यवस्थापकाचं कर्तव्य होतं.

पण काम पुढं घेऊन जायला मदत करण्याऐवजी मी पहिल्याच टप्प्यावर चुका करत होतो.

तुमचं काम हे कधीच फक्त तुमचं नसतं. तुमच्या व्यवस्थापकाचा तुमच्यावर किती विश्वास आहे हे मोजण्याचं ते एक परिमाण असतं. आणि ते हळूहळू घडावं. दिवसागणिक होत जावं. त्यासाठी एका वेळी एकच काम केलं जावं.

आंत्रप्रेन्युअरशिप हा व्यवसाय नाही.

ती एक मनोवस्था आहे.

तुम्ही एखादी नोकरी करत असाल आणि तिथं नव्या गोष्टींची सुरुवात करा, आपल्या सहकाऱ्यांना प्रोत्साहन द्या आणि व्यवसाय वृद्धीमधे आपलं योगदान होईल याची काळजी घ्या.

खऱ्या समस्या कोणत्या हे शोधून त्या सोडवा, तुमच्या ठरलेल्या कामाव्यतिरिक्त अन्य काही जबाबदाऱ्या घ्या, आपल्या कामाला स्वत:चा व्यवसाय समजून ते करत राहा.

एक आंत्रप्रेन्युअर होण्यासाठी एखादा स्टार्ट-अपच सुरू करायला हवा असं नाही.

तुम्ही जिथं असाल तिथून सुरुवात करू शकता. आवश्यक ती पावलं उचला. तुमची वर्तमान परिस्थिती आणखी चांगली करायचा प्रयत्न करा. आणि मग तुम्ही आंत्रप्रेन्युअर झालातच म्हणून समजा.

कंपाउंडिंग (भांडवल एकत्रीकरण) हा आयुष्यातला सर्वांत मोठा चमत्कार असतो.

फाउंडर डायल्युशन (स्वामित्व कमी होत जाणं) हासुद्धा चमत्कारच– पण नकारात्मक!

तुम्ही दीर्घ काळ अगदी नियमीतपणं गुंतवणूक करत राहता. त्यातून साधारण नफा कमावता. कालांतरानं तो नफा आकाशाला जाऊन भिडतो.

तीच गोष्ट फाउंडर डायल्युशनची. जेव्हा तुमचा स्टार्ट-अप छोटा असतो तेव्हा बाहेरून भांडवल मागवताना तुम्ही फार काही गमावता आहात असं जाणवत नाही.

पण जेव्हा तुमची कंपनी मोठी होत जाते तेव्हा एक संस्थापक या नात्यानं तुम्हांला जाणवतं की तुमचा वाढता नफा आणि तुमची बाजारातली पत यांतला मोठा हिस्सा विभागला गेला आहे. तरीही इच्छा नसतानाही कंपाउंडिंग करारावर स्वाक्षरी करावीच लागते.

एखाद्या कंपनीचा मालक आयआयटीमधला आहे म्हणून किंवा त्याला गेल्या सहा महिन्यांपासून पगारच मिळालेला नाही म्हणून किंवा त्याला नैराश्याचा विकार जडला आहे म्हणून केवळ त्याच्याकडून एखादं उत्पादन किंवा सेवा तुम्ही विकत घेतली आहे, असं काही आठवतं आहे का?

तुम्हांला त्याची काही फिकीर नसते. तसंच तुम्ही कोण आहात याच्याशी इतरांनाही काही घेणंदेणं नसतं.

तुम्ही तुमच्या ग्राहकांच्या समस्या सोडवण्यात किती कुशल आहात याच्याशी तुमच्या भूतकाळाचा काहीही संबंध नसतो.

तुम्ही ग्राहकांच्या समस्या किती प्रमाणात सोडवू शकता यावर एक संस्थापक म्हणून तुमचं यश अवलंबून असतं.

तुम्ही कोण आहात आणि तुमची पार्श्वभूमी काय, याचा काही संबंध नसतो.

आता तुम्ही काय करता आणि काय करणार आहात याला महत्त्व असतं.

बाजारामधे तुमची स्थिती महत्त्वाची नसते.

बाजार (योग्य प्रकारे) केवळ तुमच्या वृत्तीला महत्त्व देतो.

एका आंत्रप्रेन्युअरनं भांडवल गोळा केलं म्हणून त्याचं अभिनंदन करणं म्हणजे एखाद्या आचाऱ्यानं भाजी खरेदी केली म्हणून त्याचं अभिनंदन करण्यासारखं आहे.

स्टार्ट–अप प्रक्रियेमधला महत्त्वाचा घटक म्हणजे पैसा.

हा आरंभ असतो, अंत नाही.

तुमचे जे आधारस्तंभ असतील त्यांना मान द्या.
त्यांचे हितचिंतक व्हा.
त्यांच्यावर विश्वास दाखवा.
पण ते जिंकले आहेत असं त्यांना वाटू देऊ नका.
आणि तुम्ही भांडवल जमवलं म्हणून तुम्ही जिंकलात असंही समजू नका.
कोणीच जिंकलेलं नाही.
अजूनपर्यंत तरी.

“तुला सर्व काही माहीत आहे म्हणून माझा तुझ्यावर विश्वास आहे असं नाही. माझा तुझ्यावर विश्वास आहे; कारण समस्या सोडवण्यासाठी तुला शक्य ते सर्व काही तू करशील, हे मला माहीत आहे.”

हेच मी माझ्या टीममधल्या अत्यंत कार्यक्षम सदस्यांना सांगत असतो.

सगळ्यांना सगळं माहीत असू शकत नाही.

तरीही, परिस्थिती बदलण्याची क्षमता असणाऱ्या कुशल खेळाडूंना गुंतागुंतीच्या समस्या कशा सोडवायच्या ते माहीत असतं.

तुम्हांला उत्तर माहीत आहे म्हणून तुम्ही अधिक कार्यक्षम ठरत नाही.

‘मला माहीत नाही,’ हा अडसर ओलांडला की तुम्ही अधिक कार्यक्षम ठरता.

कार्यक्षम व्हा आणि तुमच्या बरोबर काम करणाऱ्या सर्वांबरोबर स्वत:लाही आश्चर्यचकित करा.

वृत्ती– अनुभव–शिक्षण.

लोकांची निवड करताना मी नेहमीच या तत्त्वाचं पालन करत आलो आहे.

कौशल्य शिकवता येतं.

पण वृत्ती शिकवणं खरोखरीच कठीण आहे.

आपल्या टीमसाठी योग्य माणसं शोधताना आपल्या टीमच्या संस्कृतीशी मिळतेजुळते लोक निवडणं केव्हाही चांगलं.

मग त्यांच्याकडं कौशल्य नसलं तरी हरकत नाही. त्यांची वृत्ती त्यांना प्रगत व्हायला मदत करेल.

आशावादी आणि योग्य मार्ग सापडलेल्या व्यक्तीला कसं शिकत जायचं हे समजतं.

पण एखादी व्यक्ती जर प्रत्येक शक्यतेमधे खोट काढत राहिली तर ती यशस्वी आणि कुशल असूनही तिला पुढं जाण्यासाठी खूप संघर्ष करावा लागतो.

कौशल्यांची कमतरता, वृत्ती भरून काढते.

पण वृत्तीची कमतरता कौशल्यांनी भरून येत नाही.

मी जेव्हा माझ्या पहिल्या बॉसला विचारलं की, एकाच टीमच्या सदस्यांमधे नेहमीच कामाची वाटणी कमी–जास्त कशी काय केली जाते? तेव्हा त्यानं उत्तर दिलं,

"वाईट लोक त्यांच्या वाईटपणाची जितकी किंमत मोजतात, त्याहून खूप जास्त किंमत चांगल्या लोकांना त्यांच्या चांगूलपणासाठी मोजावी लागते."

खरं तर तो कामाविषयी बोलत नव्हता.

तो आयुष्याविषयी बोलत होता.

आपली टीम इतकी भक्कम करा की बाहेरच्या माणसाला यातला कोण बॉस आहे कळणारच नाही.

तुम्ही तुमच्या चुका मान्य करता का?

तुम्ही तुमच्या टीमला चुका करू देता का?

आपल्या टीमचे सदस्य दिलेलं काम करू शकतील असा विश्वास तुम्हांला वाटतो का?

त्यांना काही ठरवून देण्याऐवजी, त्यांना काय हवं हे त्यांना प्रश्न विचारून तुम्ही जाणून घेता का?

स्वत:च टीमचं व्यवस्थापन बारकाईनं करत राहण्याऐवजी तुम्ही त्यांना स्वातंत्र्य देता का?

जर तुम्ही अशा पद्धतीनं काम करत असाल तर टीमचं नेतृत्व कोण करतं हे बाहेरच्या माणसाला समजणारच नाही. कारण तेव्हा टीममधला प्रत्येक जण बॉस असेल.

स्वत:चा शोध घ्यायचा असेल तर त्यासाठी आंत्रप्रेन्युअरशिप हा सर्वांत जास्त कठीण मार्ग आहे.

नवीन ऑफिस, नवं कोरं फर्निचर आणि नवा ब्रँड हे सुरुवातीचे नवलाईचे दिवस सरतात.

आणि मग त्यात व्यावसायिक तपशील भरणं सुरू होतं.

पैसा उभारणं.

टीम तयार करणं.

वेगानं पुढं जाणं.

आणि आपली अशी एक कार्यसंस्कृती विकसित करणं.

परिस्थिती अनुकूल नसतानाही तुम्ही स्वत:ला कसं सांभाळता आणि मानसिक संतुलन कसं राखता यावर तुम्ही खरे कसे आहात हे ठरतं.

तुम्हांला वाटलं असेल तितकं हे जग नक्कीच सोपं आणि झगमगीत नसेल. पण इथं तुम्ही स्वत:च स्वत:ला इतकं जाणायला लागाल की हा प्रवास वेगळ्या प्रकारे झाला असता तर बरं झालं असतं, असं तुम्हांला कधीच वाटणार नाही.

सुदैवानं म्हणा किंवा दुर्दैवानं- पण आंत्रप्रेन्युअरशिपमधे आपल्याला जितकी स्वत:ची ओळख होते तितकी अन्य कुठंच होत नाही.

एका नेत्यासाठी आवश्यक असणारं सर्वांत कठीण कौशल्य म्हणजे कठीण परिस्थितीमधे शांत राहणं.

ग्राहकांची संख्या अपेक्षेप्रमाणं वाढत असेल आणि ग्राहक समाधानी असतील अशा स्थितीमधे तर कोणीही मनानं शांत राहू शकेल.

पण जेव्हा तुमच्या टीमचा उत्साह मावळलेला असतो तेव्हा शांती राखणं ही खरी शक्ती आहे. टीमच्या चुका असतानाही त्यांना स्फूर्ती देणं आणि काम पुढं सरकत नसतानाही आपल्या टीमला पुढं जात राहण्यासाठी प्रोत्साहित करणं हे मोठं कौशल्य आहे.

हे सोपं नाही. आणि म्हणूनच तर तुमचं नेतृत्व हे तुमच्या व्यक्तिमत्त्वाचं प्रतिबिंब असतं.

कठीण आहे खरं!

पण संताप करण्यापेक्षा खूपच सोपं.

नेतृत्वाबरोबरच राग व्यक्त करायचा अधिकारही चालून येतो.

पण जे नेते स्वत:ला शांत ठेवू शकतात तेच नेते खऱ्या अर्थानं खंबीर असतात.

लोकांनी काय करू नये हे सांगण्याऐवजी ते काय करू शकतात हे त्यांना दाखवून द्या.

लोकव्यवस्थापन करत असताना मी घेतलेला एक चांगला धडा म्हणजे,

'कोणालाही मागे खेचू नये, कोणाचा अपमान करू नये किंवा त्यांच्या मन:स्थितीची टिंगल करू नये.'

माझं हे विधान तुम्हांला कदाचित प्रवचन दिल्यासारखं वाटेल.

पण हे खरं आहे. हे एक साधं मूल्य शिक्षण आहे. प्रत्येकाला ते माहीत असतं.

तुम्ही जर लोकांना त्यांच्या क्षमतांची ओळख करून देऊ शकलात तर?

जो जसा आहे, तसं त्याला आदरानं स्वीकारल्यामुळं आपली स्वत:चीच क्षमता वाढते, हे लोकांना समजावता आलं तर?

तुमची टीम तुम्हांला हवी तशी घडवण्यासाठी आवश्यक ते सर्व काही तुम्ही केलं तर?

शब्द शहाणपण शिकवतात.

पण कथा मनाला भिडतात.

व्यवसाय सुरू करू इच्छिणाऱ्या बऱ्याच लोकांना वाटतं की स्टार्ट-अप सुरू करण्यासाठी आपलं आधीचं काम सोडायला हवं.

पण माझ्या मते त्याची गरज नाही.

दिवसाचं काम संपल्यावर रात्रीच्या वेळी किंवा साप्ताहिक सुट्टीमधे तुम्ही स्वत:च्या कल्पना अजमावून बघू शकता.

कारण ज्या क्षणी तुम्हांला तुमचं स्टार्ट-अप ढकलत राहण्यावाचून पर्याय नसेल आणि केवळ पैसा कमावण्यासाठी स्टार्ट-अपचं काम करत राहावं लागेल तेव्हा, 'करून तर बघू या, हेही जमतं का,' अशी अजमावून बघण्याची सहज भावना त्यात उरणार नाही.

बुद्धिहीन आशावाद हा संस्थापकाचा अंतकाळ ठरतो.

...

जेव्हा काही कारणानं तुम्ही तुमच्या टीमला निराश करता तेव्हाचा क्षण, स्टार्ट–अप उभारतानाचा सर्वांत कठीण क्षण असतो.

आणि जेव्हा तुम्ही तुमच्या टीमला निराश करता– पण तुमची टीमच तुम्हांला सावरून घेते, तो क्षण स्टार्ट–अप उभारतानाचा सर्वांत मौल्यवान क्षण असतो.

निराशेनं घेरलेल्यांना पुन्हा उभारी देणारी अशी एक खास संस्कृती घडवा.

अशा संस्कृतीचा एक भाग व्हा.

भांडवल उभारणं हे यश नाही.

स्वतःवर उपकार करून घेणं आहे.

जेव्हा तुम्ही भांडवल उभारता तेव्हा तुम्ही केवळ ग्राहकांपुरतं जबाबदार नसता.

गुंतवणूकदारांसाठीही जबाबदार असता- कारण त्यांना परताव्याची अपेक्षा असते.

याचं कारण त्यांनी ज्यांच्याकडून पैसा घेतलेला असतो त्यांनाही परतावा अपेक्षित असतो.

अशा वेळी व्यवसाय वृद्धी हे तुमचं ध्येय राहत नाही.

तुमच्यावर व्यवसाय वृद्धी करण्याचा ताण येतो.

आणि हाच भांडवलदारांकडून उपकार करून घेण्याचा मोठा परिणाम असतो.

हे वाचून तुम्हांला वाईट वाटेल कदाचित. क्षमा करा...

पण खरं सांगू? तुम्हांला सुचलेली कल्पना आधीच आणखी कोणालातरी सुचलेली असते.

आणि ती व्यक्ती आधीच त्या कल्पनेअनुसार काम करत असते.

म्हणून केवळ त्या कल्पनेला अत्यधिक महत्त्व देऊ नका. त्याऐवजी त्या व्यक्तीला माहीत आहे पण तुम्हांला माहीत नाही असं काय नवं त्या कल्पनेत आहे ते शोधून काढा.

क्वचितच एखादी कल्पना पूर्णत: नवीन असते.

मग नवं असतं ते काय? तर आधीपासून अस्तित्वात असलेल्या एखाद्या कल्पनेतली, न सोडवली गेलेली एखादी समस्या सोडवणं.

त्यासाठी आधी हे जाणून घ्यायला हवं की इतरांना आधीपासून माहीत आहे; पण तुम्हांला अजूनही माहीत नाही असं काय आहे.

स्टार्ट-अप म्हणजे तुमची कल्पना नाही.

स्टार्ट-अप म्हणजे ती कल्पना प्रत्यक्षात आणण्याची पद्धत.

एखाद्या कंपनीमधे तिथल्या कर्मचाऱ्यांसंबंधात केली जाणारी सर्वांत वाईट गोष्ट :

१. वर्षातून एकदाच त्यांचं मूल्यांकन करणं.

२. त्यांनी काम कसं केलं ते त्यांना सांगणं.

३. त्यांना माहीतही नसलेल्या निकषांवर त्यांच्या कामाचं मूल्यमापन करणं.

वाईट गोष्ट म्हणजे व्यवस्थापन आपल्याविषयी काय विचार करत आहे याचा बऱ्याचशा कर्मचाऱ्यांना वर्षभर पत्ताच नसतो.

मूल्यांकन करण्याची उत्तम पद्धत :

- काम चालू असताना पंधरवड्यानं/आठवड्यानं मूल्यांकन केलं जावं.
- अचानक दिलेल्या धक्क्याऐवजी त्यात सहजता असावी.
- त्यामधे एफवायआय (फॉर युवर इन्फर्मेशन) अशा औपचारिकतेऐवजी मदत करण्याची भावना असावी.

कंपनी चालते ती कर्मचाऱ्यांमुळं, अन्य कशाहीमुळं नाही.

- ज्या क्षणी कंपनीला सत्याची जाणीव होते त्या क्षणी सगळं काही बदलून जातं!

नालायक संस्थापक संस्था उभारू शकत नाहीत.

ते केवळ एक कंपनी सुरू करून ती चालवत राहतात.

कंपनी सुरू करणं सोपं आहे. ते कोणीही करू शकतं.

पण जिथं लोकांना कामासाठी यायला आवडेल, जिथं त्यांना ते जसे आहेत तसं स्वीकारून आदराची वागणूक दिली जाईल आणि त्याहूनही महत्त्वाचं म्हणजे कामातल्या प्रगतीबरोबरच जिथं ते एक व्यक्ती म्हणून घडत जातील अशी जागा निर्माण करणं ही अत्यंत अवघड गोष्ट आहे.

कंपनी सुरू करणं आणि चालवणं हे कोणीही करू शकतं.

पण त्यातून केवळ पैसा कमावण्याचा उद्देश ठेवणं ही दरिद्रता आहे.

कंपनी चालवण्यातली मेख म्हणजे तिथल्या प्रत्येक सदस्याबरोबर संवाद साधत राहणं.

केवळ त्यांना समजून घेण्याच्या इच्छेनंच त्यांचं म्हणणं ऐकून घेणं.

त्यांना जाणून घेणं. कारण त्यामुळंच तुम्हांला योग्य निर्णय घेण्यासाठी मदत होणार आहे.

संस्थापक धाडसी असेल तरच तो स्वत:पलीकडं जाऊन केलेल्या विचारानं कंपनी चालवू शकतो.

आंत्रप्रेन्युअर बनण्याची तीन सर्वांत वाईट कारणं :

१. मला पैसा कमवायचा आहे.

२. मला माझं आताचं काम अजिबात आवडत नाही.

३. सगळेच ते करतात.

आंत्रप्रेन्युअरशिप कठीण असते.

त्यामधे बऱ्याच काळापर्यंत तुम्हांला पगारी कामासारख्या सुविधा मिळत नाहीत.

शिवाय तिथं तुम्हांला एक नाही- तर अनेक बॉस असतात.

बरेच लोक उद्योजक म्हणून अपयशी ठरतात; कारण ते या बाह्य उद्देशांमधल्या एका उद्देशानं उद्योजक व्हायचं ठरवतात.

तुमचा उद्देश जर आंतरिक असेल, तुम्ही जिज्ञासू असाल, समस्यांनी आकर्षित होत असाल तरच तुम्हांला उद्योजक होण्यातला आनंद अनुभवता येईल.

जर केवळ यशाची अभिलाषा मनात धरून तुम्ही समस्या सोडवत असाल तर तुम्हांला अपयशासाठी तयार राहायला हवं.

ज्या टीममधे कार्यनिश्चिती आणि कार्यान्वयन नेत्याशिवाय होऊ शकतं, पण त्यामागं विचार आणि दृष्टिकोन मात्र त्या नेत्याचेच रहातात, तो श्रेष्ठ नेता असतो.

जे नेते कालांतरानं आपली जबाबदारी सहकाऱ्यांमधे विभागतात ते श्रेष्ठ नेते असतात.

कारण ते स्वत:च्या अहंकाराला खतपाणी घालत नाहीत.

उत्तम नेतृत्व निभावणारे नेते आपल्या अनुपस्थितीमधे आपल्या सहकाऱ्यांना जबाबदारी घेऊ देतात.

...आणि स्वत: कंपनीचा उद्देश आणि अंतिम ध्येय निश्चित करतात.

ज्या समाजामधे विश्वास कमावणं सहज साध्य नाही तिथं विश्वासाच्या आधारावर कंपनी चालवणं हा प्रतिस्पर्धात्मक लाभ आहे.

आपल्याबद्दल विश्वास दाखवला जावा ही सर्वांचीच अगदी पिढीजात इच्छा असते.

मी माझ्या सहकाऱ्यांना (प्रशिक्षणार्थींना आणि पूर्ण वेळ काम करणाऱ्यांनाही) महिन्याच्या पहिल्या दिवशी पगार देतो.

त्याचप्रमाणं त्यांच्या बरोबर काही काळ जाऊ द्यायची वाट न बघता, त्यांच्या कामाच्या पहिल्या दिवसापासूनच त्यांच्यावर विश्वास ठेवतो.

लोकांवर जर विश्वास ठेवला गेला आणि विशेषत: जिथं विश्वासार्हता कमी आहे अशा ठिकाणी विश्वास दाखवला गेला तर ते लोक अधिक चांगलं काम करतात.

आपल्यावर विश्वास ठेवला जावा असं लोकांना वाटत असतं. पण त्यांना विश्वास कमावण्याची संधीच मिळत नाही.

पण एकदा त्यांच्यावर विश्वास ठेवला गेला तर ते इतक्या जबाबदारीनं काम करू लागतात की केवळ तुमच्यासाठी नाही– तर त्यांच्या स्वत:साठीसुद्धा ते एक सुखद आश्चर्य असतं.

भाग ५

पैसा

मी लहान असताना माझ्या वडिलांनी मला पैशांविषयी एक मजेदार गोष्ट सांगितली होती.

ते म्हणाले, ''तू पैशांच्या अभावात वाढला आहेस. त्यामुळं पुढं तू एक तर पैशांच्या मागे धावत रहाशील किंवा पैशांच्या पलीकडं जाऊन विचार करशील.''

मला नेहमीच असं वाटत आलं आहे की पैसा महत्त्वाचा आहेच; पण म्हणून त्याच्या मागं धावत राहणं म्हणजे वेळ आणि आयुष्य वाया घालवणं आहे.

पैसा आपल्याला स्वातंत्र्य देतो.

स्वातंत्र्य म्हणजे हवं ते करण्याचा विशेष अधिकार.

स्वातंत्र्यामुळं आपल्याला योग्य निर्णय घेणं शक्य होतं.

पण तरीही ते योग्य निर्णय घेण्यापूर्वी मी पैशांच्या बाबतीत अनेक चुका केल्या आहेत.

तुम्ही सावध व्हावं आणि पैशांबरोबरचं तुमचं नातं 'अर्थपूर्ण' व्हावं या आशेनं मी केलेल्या चुका तुम्हांला सांगणार आहे.

पैशांच्या बाबतीत मी केलेल्या चुका–

आम्ही गरिबीत वाढलो.

डोक्यावर कर्ज होतं. जेमतेम हातातोंडाची गाठ पडत असे.

आणि म्हणूनच माझ्या मनात पैशांविषयी तिरस्कार निर्माण झाला.

मला वाटत असे की, पैसा हेच आमच्या सर्व समस्यांचं मूळ आहे.

त्यामुळं मला कधीच स्वत:ला पैशांचा गुलाम होऊ द्यायचं नव्हतं.

पण तेव्हा मला हे समजलं नाही की पैशांना महत्त्व न देण्यामुळं माझ्या मनात पैशांविषयी अनादर निर्माण होईल.

माझ्याकडं पैसा कमावण्याची कला होती. त्यामुळं पैसा कसा सांभाळावा आणि कसा वाढवावा हे समजून घेण्याचा मी कधी प्रयत्नच केला नाही.

आणि त्या स्थितीचा परिणाम म्हणजे मी केलेल्या भारंभार चुका.

पहिली चूक–

स्थावर मालमत्ता विकत घेण्यासाठी मी कर्ज काढलं.

जागेची किंमत वाढत जाईल या विचारानं मी कर्जावर भरायला लागणाऱ्या व्याजाची पर्वा केली नाही.

पण त्यावर किती कर भरावे लागतील याचा मी विचारच केला नव्हता.

बाजारात मंदी येऊ शकते याचाही विचार मी केला नव्हता.

मी केलेल्या गुंतवणुकीतून चांगला परतावा मिळवण्यासाठी आवश्यक ते गणितही मी केलं नव्हतं. माझ्या संपत्तीची किंमत दरवर्षी साधारण वीस टक्क्यांनी वाढत जाणं अपेक्षित होतं.

दुसरी चूक–

जेव्हा केव्हा मला नेहमीपेक्षा जास्त कमाई होत असे तेव्हा त्या पैशांनी कर्ज फेडण्याऐवजी, मी ते स्टार्ट-अपमधे गुंतवत असे. कारण मला वाटत असे की त्या स्टार्ट-अप्समधून मला अनेक पटींनी जास्त कमाई होत राहील.

असं करणं म्हणजे कर्ज फेडायला पुरेसे पैसे मिळवण्यासाठी जुगार खेळण्यासारखं होतं.

पण मी तेच केलं.

तिसरी चूक–

जिथून पैसा पटकन सोडवता येणार नाही अशा ठिकाणी म्हणजे स्टार्ट-अप आणि अन्य स्थावर मालमत्तांमधे मी गुंतवणूक केली.

शेअर्स किंवा सोनं अशा पटकन सोडवता येणाऱ्या ठिकाणी मी क्वचितच पैसा गुंतवत असे.

त्यामुळं अडचणीच्या वेळी माझ्याकडं 'कागदोपत्री' बरीच संपत्ती असली तरी खिशात पैसा नव्हता.

अर्थातच मी आधीचं कर्ज फेडण्याचा प्रयत्न करण्याऐवजी आणखी कर्ज घेत गेलो.

कारण आधी सांगितलं त्याप्रमाणं मी जास्तीची कमाई कर्ज फेडण्यासाठी वापरत नव्हतो.

चौथी चूक–

एक दशकभर मी इक्विटी (भागभांडवल) ला नको तितकं महत्त्व दिलं आणि बाजारापेक्षा कमी पगार घेत राहिलो.

माझा विश्वास होता की पगारातून कधीही मिळणार नाही इतका पैसा मला इक्विटीजमधून मिळेल.

त्यामुळं जेव्हा अपेक्षित परिणाम झाला नाही तेव्हा मी कफल्लक झालो होतो.

पाचवी चूक–

मी भविष्याचा नको तितका विचार केला.

जेव्हा तडजोड करण्याची आवश्यकता होती तेव्हाही मी माझी ऐशाआरामी जीवनशैली तशीच सुरू ठेवली.

क्रेडिट कार्डचा अतिरेकी वापर केला.

आणि कर्जाचा डोंगर वाढवला.

यामागं केवळ एकच वेडी आशा होती की भविष्यात अशी एक जबरदस्त घटना घडेल, ज्यामुळं सगळ्या समस्या चुटकीसरशी सोडवल्या जातील.

सहावी चूक–

तत्काळ पैसा कमावण्याच्या आशेनं बाजार चढलेला असताना मी शेअर्स खरेदी केले.

बाजार खाली गेला तेव्हा आपलं नुकसान होऊ नये म्हणून गडबडून जाऊन मी शेअर्स विकून टाकले.

खरं तर याच्या अगदी विरुद्ध व्हायला हवं होतं.

सातवी चूक–

जेव्हा जेव्हा मला पैशांची गरज होती तेव्हा तेव्हा मी पैसा उभा करण्यासाठी म्यूच्युअल फंड्समधली गुंतवणूक काढून घेतली.

म्हणजे मी पैशांच्या साठ्याचं चक्र थांबवलं.

जेव्हा कासवाच्या गतीनं प्रगती करणारा त्रासदायक काळ होता तेव्हा मी नेटानं गुंतवणूक करत राहिलो आणि जेव्हा धनाचा कुंभ ओसंडून वाहणार होता तेव्हाच नेमका मी तो फोडला.

आठवी चूक–

माझ्या पत्नीला मी म्यूच्युअल फंडात आणि सोन्यात गुंतवणूक करण्यापासून परावृत्त करण्याचा प्रयत्न केला.

तरीही तिनं ते केलंच.

मी तिला चिडवलं, तिच्यावर हसलो.

दहा वर्षांनतर मला आणि तिला मिळणाऱ्या परताव्यांची तुलना करण्याचं आव्हान मी तिला दिलं.

पण तिच्याच गुंतवणुकीनं आम्हांला वाचवलं. एकदा नाही तर तीनदा.

पैशाचा तिरस्कार केल्यामुळं मी कधीच पैशाकडं आदरानं पाहिलं नाही.
आणि माझ्या लक्षात आलं की पैशानंही मला कधी आदर दाखवला नाही.

पैसा कसा कमवायचा हे मला माहीत होतं- पण तो कसा राखायचा, कसा वाढवायचा हे मला कधीच समजलं नाही.

मला वाटतं, आज मला ते समजलं आहे.

१. कर विसरून चालणार नाही. ते असतात.परताव्याची तुलना करताना त्यावरच्या करांचाही विचार करा.

२. मंदीची स्थिती विसरून चालणार नाही. ती असते. एक काळ असा येतो की पैशांचं मूल्य कमी होतं. परताव्याचं गणित करताना त्याचाही विचार करा.

३. गुंतवणुकीचा साठा एका महत्त्वाच्या घटकावर अवलंबून असतो. तो घटक म्हणजे काळ. गुंतवणूक वाढलेली दिसण्यासाठी काही काळ जावा लागतो. त्यासाठी वेळ द्या. भरपूर वेळ द्या.

४. पैसा सोडवणं गुंतागुंतीचं काम असतं. त्यामुळं पैसा अशा प्रकारे गुंतवा की जेव्हा तुम्हांला गरज पडेल तेव्हा तो सहज सोडवता येईल.

नाहीतर त्या गुंतवणुकीला अर्थच काय?

५. तुमच्याकडं जास्तीची रक्कम असेल तर जरा थांबा.

योग्य संधीची वाट पाहा.

धीर धरा.

बाजार खाली येण्याची वाट पाहा.

थांबा.

तुम्ही ज्या किमतीला खरेदी करता ती किंमतच तुमचा परतावा ठरवते.

''कोणालाही हळूहळू श्रीमंत व्हायचं नसतं.''

– वॉरेन बफे

६. विशीच्या वयात असताना काटकसरीनं जगा. कमाई लक्षात घेऊन खर्च करा.

आधी सगळी देणी देऊन टाका आणि मग गुंतवणुकीच्या रूपानं स्वतःचं देणं द्या.

आणि जे उरेल त्यातून आपल्या इच्छा पूर्ण करा.

इच्छा पूर्ण करण्यासाठी कर्ज घेऊ नका.

७. पैशांचं मूल्य जपणाऱ्या गोष्टींसाठीच कर्ज घ्या. उदाहरणार्थ,

शिक्षण.

किंवा घर. पण एकच!

८. वर्षानुवर्षं जपलेल्या धारणांअनुसार गुंतवणूक करू नका.

तुम्ही संस्थापक असाल तर एंजल (कंपनी उभारण्यासाठी भांडवल पुरवणारे आणि त्याबदल्यात त्या कंपनीचे काही शेअर्स किंवा इक्विटी घेणारे गुंतवणूकदार) गुंतवणूक करा.

तुम्ही फायनान्स (अर्थकारण) मधे असाल तर स्टॉक मार्केटमधे गुंतवणूक करा.

तुम्ही व्यापार करत असाल तर सोन्यात गुंतवणूक करा.

आर्थिक गुंतवणुकीचे सर्व प्रकार समजून त्यांचं महत्त्व जाणून घ्या.

९. गुंतवणुकीचे मार्ग बदलत राहण्यापेक्षा जिथं जम बसला आहे तिथली गुंतवणूक वाढवा. गुंतवणुकीत वैविध्य आणल्यामुळं अफाट फायदा होतो असं अजिबात नाही.

जिथं चांगला परतावा मिळतो आहे तिथं जास्त लक्ष द्या.

१०. गुंतवणूक जरा साठू द्या.

त्याला काही काळ जाऊ द्यावा लागतो. कदाचित एक दशकही.

बराच काळ तुम्हांला वाटेल की काहीच घडत नाही.

पण बरंच काही घडत असतं!

पैशांच्या बाबतीत मी शिकलेला मोठा धडा म्हणजे पैसा तुम्हांला स्वातंत्र्य देतो.

स्वातंत्र्य म्हणजे हवं ते करण्याचा विशेष अधिकार.

बराच काळ मी हे स्वातंत्र्य नाकारत राहिलो.

आणि आज जेव्हा मला ते स्वातंत्र्य लाभलं तेव्हा मला जाणवलं की मी केलेल्या चुका मला या स्वातंत्र्यापासून कशा दूर ठेवत होत्या.

पण त्या चुकांनीच मला जाणकार केलं आहे.

माझ्या चुकांमुळं तुमच्यामधे ही जाण जरा आधीच यावी अशी आशा आहे!

पैशांच्या बाबतीतल्या दहा चुका, ज्या टाळायला हव्यात :

पहिली चूक–
स्वत:च्या वेळेची किंमत नसणं आणि वेळ फुकट असल्यासारखा वापरणं.

आपल्या एका तासाचं मूल्य किती आहे हे आपल्याला माहीत नसतं.

जेव्हा आपण दिवसातले दोन तास नेटफ्लिक्स बघतो तेव्हा आपण 'खरंच' किती खर्च करतो आपल्याला माहीत नसतं.

एखाद्या प्रोजेक्टसाठी किती मूल्य आकारायचं हे आपल्याला माहीत नसतं.

आपला वेळ पैशांसारखा आहे हेच आपल्याला समजत नाही.

दुसरी चूक–
पैशांमधे मोजता येण्यासारख्या गोष्टींसाठी वेळ खर्च करणं.

हजारभर रुपये वाचवण्यासाठी आपण शहराच्या या टोकापासून त्या टोकापर्यंत प्रवास करण्यात अर्धा दिवस घालवतो. कारण ती रक्कम वाचणार आहे हे आपल्याला माहीत असतं.

पण आपला पगार ठरवून घेण्याविषयीच्या चर्चेची तयारी करण्याकरता आपण दोन तासही खर्च करत नाही.

तिसरी चूक–

अनेक कर्ज घेऊन ठेवणं.

आपण आपल्या भविष्यातल्या कमाईवर नको तितका विश्वास ठेवतो.

आणि वर्तमानामधे न परवडणारे खर्च करत राहतो.

कर्जं आपल्यावर बंधनं लादतात.

आपल्यावरचा ताण वाढवतात.

आपल्याला धोके पत्करायला भाग पाडतात.

आपल्यामधे अडकून पडल्याची भावना निर्माण करतात.

चौथी चूक–

आपली कमाई मर्यादित राहणार असं वाटणं.

पण आपली कमाई मर्यादित नसते. आपण जास्तीतजास्त किती कमावू शकतो याला मर्यादा नसते.

आपल्याला वाटतं की आपले खर्च मर्यादित असायला हवेत.

आपण जगण्यासाठी कमीतकमी खर्च करायला हवेत.

पण असं नसतं. खर्च कमी करण्याऐवजी आपली कमाई वाढवण्याकडं लक्ष केंद्रित करा.

पाचवी चूक–

बाजाराची योग्य वेळ गाठण्याचा प्रयत्न करणं.

जसं की बाजार खूपच चढलाय. जरा उतरू दे.

किंवा बाजार खूपच उतरलाय. हीच खरेदीची योग्य वेळ आहे.

पण बाजारातले चढउतार कोणलाच नीट माहीत नसतात. दीर्घकालीन गुंतवणूक करण्याचा योग्य मार्ग म्हणजे त्या त्या वेळी किंमत कमी आहे की जास्त याचा विचार न करता नियमित केलेली गुंतवणूक.

सहावी चूक–

एफओएमओ (फिअर ऑफ मिसिंग आउट ऑन इन्व्हेस्टमेंट ऑपॉर्च्युनिटीज) मुळं गुंतवणूक करणं.

सगळे जण बिटकॉनमधे गुंतवणूक करत आहेत. मीसुद्धा करायला हवी.

सगळे जण बिटकॉन विकत आहेत. मीसुद्धा विकायला हवं.

सगळे जण आयटीसी घेत आहेत. मीसुद्धा घ्यायला हवं.

सगळे जण आयटीसी विकत आहेत. मीसुद्धा विकायला हवं.

पण सगळे जण म्हणजे 'तुम्ही' नाही.

बाजाराचा अभ्यास करून स्वत:च्या विचारांनी आवश्यकतेअनुसार गुंतवणूक करा.

सातवी चूक–

आपला वेळ भाड्यानं देणं आणि तरीही स्वत:ची काही मालमत्ता नसणं.

प्रत्येक जण केवळ नोकरी करून अफाट संपत्ती कमवू शकणार नाही.

कारण आपल्याला आपला वेळ तिथं काम करण्यात, त्यातून कमाई करण्यात खर्च करावा लागतो.

पण मालमत्ता ही अशी गोष्ट आहे की जी आपण झोपेत असतानाही पैसा कमवत असते.

कंपनी सुरू करा. स्टॉक्स खरेदी करा. भाड्याच्या रूपानं कमाई सुरू करा.

आठवी चूक–

गुंतवणूक उशिरा करणं.

विशीचं वय हे मजामस्ती करण्याचं वय असतं. त्यामुळं तिशीच्या वयात गुंतवणूक सुरू करू.

तिशीमधे कुटुंब तयार करणं आणि कुटुंबासह आनंदात राहण्याचा काळ असतो.

त्यामुळं चाळिशीमधे गुंतवणूक करू.

खरं तर आपण जेव्हा अठरा वर्षांचे होतो तेव्हाच गुंतवणूक करण्याचा योग्य काळ सुरू होतो.

...आणि दुसरा योग्य काळ म्हणजे 'आज.'

नववी चूक–

आपल्या आणि इतरांच्या आर्थिक स्थितीची तुलना करणं.

आपल्यापैकी बऱ्याच लोकांसाठी पैसा इनपुट (गुंतवणूक) नसून आउटपुट (परिणाम) असतो.

आपल्याला मिळणारा पैसा आपण घेतलेल्या निर्णयांचा परिणाम असतो. आपण घेतलेल्या निर्णयांचं कारण नाही.

त्यामुळं पैसा मिळवण्यासाठी लोकांनी घेतलेल्या निर्णयांची म्हणजेच इनपुटची तुलना करा.

आउटपुटची तुलना करून काहीच उपयोग होणार नाही.

दहावी चूक–

पैशांमागं धावणं.

पैसा तुम्हांला स्वातंत्र्य देतो.

स्वातंत्र्य म्हणजे हवं ते करण्याचा विशेष अधिकार.

पण ज्या क्षणी आपण पैशांमागं धावायला लागतो त्या क्षणी आपण स्वातंत्र्य गमावून बसतो.

पैशांचा उपयोग स्वातंत्र्य मिळवण्यासाठी करा.

पैसा मिळवण्यासाठी स्वत:च्या स्वातंत्र्याचा बळी देऊ नका.

आणखी एक चूक–

शक्य असूनही धोका न पत्करणं.

विशीच्या वयात आपल्याकडं गमावण्यासारखं फारसं काही नसतंच. आणि जरी काही गमावलं तरी ते भरून काढायला पुरेसा वेळ असतो.

तिशी/चाळिशीमधे हा भरून काढण्याचा काळ कमी होत जातो.

म्हणूनच तर आपल्या पालकांना मुदत ठेवी आवडतात.

आपल्याला तसं करून चालणार नाही.

शक्य तितक्या लवकर गुंतवणुकीतला धोका पत्करा.

अल्प काळातल्या चढउतारांनी घाबरून जाऊ नका.

मला वाटतं पालकांनी मुलांशी पैशांच्या बाबतीत चर्चा करायला हवी. किंवा निदान शाळा/महाविद्यालयांमधे तरी या विषयाला पुरेसा न्याय मिळायला हवा.

अन्यथा आपल्याला इतरांच्या चुकांमधून धडे घेत घेत, आपण काय करायला हवं ते शिकायला लागेल.

किंवा आपल्यालाही त्याच चुका कराव्या लागतील.

या तीन पुस्तकांनी मला पैसा समजून घेण्यासाठी खूप मदत केली –

- रिच डॅड पुअर डॅड
- सायकॉलॉजी ऑफ मनी
- इन्टेलिजन्ट इन्व्हेस्टर

या तीन व्यक्तींनी मला पैशांविषयी खूप काही शिकवलं-

- माझी पत्नी, रुची
- नवल रविकांत
- मॉर्गन हाऊजेल

''पैशांची काळजी कशी घ्यावी हे तुम्हांला समजत नसेल तर पैसा तुमच्यापासून दूर राहील.'' - रॉबर्ट कियोसाकी

पैशांविषयी मला सांगितली गेलेली दहा असत्यं :

पहिलं असत्य–

सर्व वाइटांचं मूळ पैशात असतं.

लहान वयापासूनच पैशांविषयी विचार करायला हवा; पण त्याला प्रोत्साहन दिलं जात नाही.

पैसा महत्त्वाचा आहे; पण त्याविषयी विचार करणं वाईट आहे, असा एक अलिखित नियम आहे.

खरं तर अधिकतम भांडणं, युद्ध आणि मतभेदांमागं पैसा हेच एक प्रमुख कारण असतं.

पैसा हे व्यवहाराचं केवळ एक साधन आहे.

जेव्हा त्याच्याशी भावना जोडल्या जातात तेव्हा आपण त्याच्या अधीन होऊन जातो.

आणि हे आयुष्यातल्या सर्वच गोष्टींबाबत खरं आहे!

दुसरं असत्य–

श्रीमंतांपासून सावध राहा.

दुर्बलांची पिळवणूक केली, असंवेदनशील व्यवहार केला आणि कायद्याला मुरड घालता आली तरच श्रीमंत होता येतं असा एक कायमचा समज होऊन बसला आहे.

श्रीमंत, म्हणजे स्वत:च्या नीतिमत्तेशी तडजोड केलेले लोक.

आता माझ्या लक्षात आलं आहे की समाजात एखादी व्यक्ती अनैतिकतेनं श्रीमंत झालेली असेलही- पण पैसा, जीवनमूल्य जपणारे आणि माणसांना आदरानं वागवणारे अनेक श्रीमंत आहेत.

फरक इतकाच आहे की अशा नैतिकता जपणाऱ्या श्रीमंतांविषयी कुठं ऐकलं, बोललं जाणार नाही याची काळजी घेतली जाते.

कारण बातमी नेहमी विचित्र गोष्टींची होत असते. सामान्य गोष्टी बातमीत येत नाहीत.

तिसरं असत्य-

पैसा राखणं महत्त्वाचं आहे.

अर्थातच, पैसा राखणं म्हणजेच साठवणं महत्त्वाचं आहे. पण आपल्याला पूर्ण गोष्ट सांगितलीच जात नाही.

पैसा साठवण्याहून जास्त महत्त्वाचं आहे पैसा गुंतवणं.

नोटाबंदीनंतर आपल्या पालकांनी 'साठवलेले' सगळे पैसे बाहेर आले. त्यापूर्वी त्यांना पैसे साठवण्याच्या स्वत:च्या क्षमतेविषयी किती कौतुक होतं.

आपल्याला सांगितले गेलेले पैसे 'साठवण्याचे' बरेचसे उपाय हे पैशांचं मूल्य नष्ट करणारे आहेत.

मंदीच्या काळातही तगून राहण्यासाठी कशी गुंतवणूक करायला हवी हे आपल्याला कधीच सांगितलं जात नाही.

चौथं असत्य–

दागिने खरेदी करणं ही गुंतवणूक आहे.

आम्ही अगदी छोट्या छोट्या कारणांनी दागिने खरेदी केले. दागिन्यांमुळं आपलं सामाजिक स्थान तर उंचावतंच; पण तो एक चतुर निर्णय समजला जातो. कारण पूर्वीपासून सोन्याचं मूल्य मोठं मानलं गेलं आहे.

आमच्यासाठी ती एक प्रकारची गुंतवणूक होती.

आता मला समजतं की गुंतवणूक सोन्यात करायला हवी, सोन्याच्या दागिन्यांमधे नाही.

जेव्हा आपण आपल्या इच्छांना गरजा समजायला लागतो तेव्हा नेहमीच आपण काही ना काही चूक करून बसतो.

पाचवं असत्य–

घर खरेदी हे आर्थिक सुबत्तेचं अंतिम ध्येय असतं.

घरासाठी भाडं भरत राहणं म्हणजे मध्यम वर्गीयांसाठीचा एक पारंपरिक शाप होता. आणि अर्थातच अशा घरात राहणं हा स्वत:च स्वत:चा केलेला मध्यम वर्गीय अपराधही होता.

आपण आपलं स्वत:चं घर शक्य तितक्या लवकर खरेदी करायला हवं. ते आपल्याला योग्य ती सुरक्षितता आणि आवश्यक ती प्रतिष्ठा देतं.

आता माझ्या लक्षात आलं आहे की लवकरात लवकर घर खरेदी करणं अनिवार्य झाल्यामुळं कधीकधी पश्चात्ताप

करायला लावणारे चुकीचे निर्णय घेतले जाऊ शकतात.

खरं तर त्यामधे काहीही आर्थिक फायदा नसतो (गणित करून बघा). आकार, शहर आणि परिसराच्या संबंधी तडजोड करावी लागते आणि मग त्यातून सुटका करून घेणं अवघड होऊन बसतं.

सहावं असत्य–

आपण खरेदी केलेल्या सर्व महागड्या गोष्टी मालमत्तेमधे जमा होतात.

एखादी वस्तू 'किती महाग आहे,' यावर ती मालमत्ता आहे की नाही हे ठरतं. किंमत जितकी जास्त, तितकी उत्तम मालमत्ता.

सुरुवातीला घरगुती उपकरणं, स्कूटर, मग कार आणि मग घर.

'मालमत्ता' खरेदी करणं हा मध्यम वर्गीयांसाठी आनंद असतो.

आता माझ्या लक्षात आलं आहे की त्यातल्या बऱ्याचशा गोष्टी मालमत्ता नसतातच. अगदी आपण राहतो ते घरही!

दीर्घ काळापासून मी जी मालमत्ता उभारत आलो आहे ती म्हणजे माझी संपर्क यंत्रणा आणि माझं साहित्य.

या दोन्हींसाठीही मला पैसे खर्चावे लागले नाहीत. मी ते वेळ खर्च करून मिळवलं आहे.

सातवं असत्य–

कर्ज घेणं आणि क्रेडिट कार्ड वापरणं म्हणजे भविष्यावर असलेल्या आपल्या विश्वासाचं निदर्शक आहे.

कारण तुमच्याकडं आत्मविश्वास आहे. म्हणूनच भविष्याच्या आधारावर तुम्हांला वर्तमानामधे मोठे खर्च परवडू शकतात.

आणि जेव्हा तुमचं कर्ज मान्य केलं जातं किंवा तुम्हांला त्या कर्जायोग्य मानलं जातं तेव्हा तो तुमच्या आत्मविश्वासावर दाखवलेला विश्वास असतो.

आता लक्षात आलं.

आर्थिक साक्षरता असलेले लोक त्यांची ऐपत असतानाही पैसा साठवण्यासाठी कर्ज घेतात.

आर्थिक साक्षरता नसलेले लोक आपली ऐपत नाही हे जाणून पैसा खर्च करण्यासाठी कर्ज घेतात.

आठवं असत्य–

श्रीमंत होण्याचे दोन मार्ग आहेत– एक तर एकाच ठिकाणी दीर्घ काळ काम करत राहा किंवा दर एक–दोन वर्षांनी नोकरी बदलत जा.

म्हणजे एक तर तुमच्या साठत गेलेला भविष्य निर्वाह निधी किंवा सेवानिवृत्ती निधीच्या अनुषंगानं तुम्ही श्रीमंत व्हाल किंवा एका नोकरीतून दुसऱ्या नोकरीवर मारलेली 'उडी' तुम्हांला श्रीमंती मिळवून देईल.

आता लक्षात आलं. आपल्या पगाराचा आपल्या संपत्तीशी काहीही संबंध नसतो.

एखाद्या नोकरीतून तुम्हांला किती कमाई होते यावर तुमची एकूण संपत्ती निश्चित केली जात नाही.

तुम्ही झोपेत असतानाही कमाई करत राहणाऱ्या किती गोष्टी तुमच्याकडं आहेत यावर तुमची संपत्ती ठरते.

नववं असत्य–

पैसा मिळवण्याचा एकमेव मार्ग म्हणजे शिक्षित होणं.

महाविद्यालयामधे जा, नोकरी मिळवा, पैसा साठवायला लागा, घर घ्या, नोकरीत उत्तम काम करत राहा, पदोन्नती करत राहा.

...आणि मग तुम्ही श्रीमंत व्हाल.

हाच आहे श्रीमंतीचा मार्ग.

अंदाज बांधता येईल असा मार्ग.

एकमेव मार्ग!

मला माहीत असलेल्या आर्थिक साक्षर लोकांमधे केवळ हा मार्ग अवलंबणारेच लोक आहेत असं नाही, तर कोणताच ठरावीक मार्ग नसणारेही आहेत.

ते मालमत्ता तयार करत राहिले/खरेदी करत राहिले- मग ती त्यांची स्वत:ची कंपनी असो, स्टॉक असो, बौद्धिक संपत्ती असो, एखादा जोडधंदा असो किंवा एखाद्या ठिकाणची गुंतवणूक असो.

ते जिथं होते तिथंच थांबून राहिले नाहीत.

दहावं असत्य-

तुमच्याकडं पैसा आला की ज्यांच्याकडं पैसा नाही त्यांना मदत करा.

पैसा दान करणं हे पवित्र कार्य आहे.

आणि जेव्हा तुमच्याकडं सुबत्ता असते तेव्हा तुम्ही इतरांना मदत करायला हवी.

त्यामुळं सत्कर्म घडतं, आपण आणखी श्रीमंत होतो आणि मग तुम्ही आणखी जास्त दान करू शकता.

हे चक्र चालूच राहतं.

आता लक्षात आलं. परिस्थितीच्या चक्रातून बाहेर पडायचं असेल तर पैसा नाही, संधी आवश्यक आहे.

मी लोकांना मदत केली. पण पैसे देऊन नाही- तर त्यांच्यासाठी संधी निर्माण करून.

ज्यामुळं भविष्यात त्यांना माझ्या पैशांची गरजच भासणार नाही.

मोठं होत असताना...

खूप पैसे मिळवण्याचं स्वप्न पाहणं वाईट मानलं जात असे. पैसा गुंतवण्याविषयी कधीच काही चर्चा होत नसे आणि नेहमीच सामाजिक गरजेपोटी पैसा खर्च केले जात असत.

सर्वांत वाईट गोष्ट म्हणजे आपण असत्याला सत्य मानतो आहोत हे कोणालाच माहीत नव्हतं.

माझे आईवडील, नातेवाईक, परिचयातले लोक या सर्वांनी अगदी मनापासून या सर्व असत्य विचारांना सत्य मानलं होतं.

त्यांनी मला जे मार्गदर्शन केलं, जे शिकवलं त्यामागं त्यांचे उद्देश चांगलेच होते.

फक्त एवढंच की ते उद्देश चुकीचे होते.

अनेक चुका, अनेक बदल आणि अनेक विश्लेषणांच्या समृद्ध प्रवासातून अखेरीस मी सत्यापर्यंत पोहोचू शकलो.

ते सत्य तुम्हांला माझ्यापेक्षा लवकर गवसावं ही शुभेच्छा!

भाग ६

नातेसंबंध

नातेसंबंध आपल्याला फुलवतात.

आणि आयुष्यातली बरीचशी आव्हानंही या नातेसंबंधांमुळंच निर्माण होतात.

'द करेज टु बी डिसलाइक्ड,' हे माझ्या आवडत्या पुस्तकांपैकी एक आहे. त्यात म्हटलं गेलं आहे की सर्व समस्या, वैयक्तिक नातेसंबंधांतून निर्माण होतात.

मला हे अमान्य नाही.

एका महत्त्वाच्या व्यक्तीबरोबर योग्य नातं जपण्यातून याची सुरुवात होते. ती व्यक्ती म्हणजे आपण 'स्वत:'.

मला आशा आहे की माझ्या या विचारांची जितकी मदत मला स्वत:ला झाली तितकी ती तुम्हांलाही होईल :

तुम्ही स्वत:शी मैत्री करू शकाल?

तुम्ही स्वत:शी विवाह करू शकाल?

तुम्ही स्वत:च स्वत:चे मालक होऊ शकाल?

तुमचं कोणतं रूप तुम्हांला नकोसं वाटत आहे?

आणि तरीही तुम्ही ते रूप अजून का धारण केलं आहे?

तुमच्यामधे असे काही अवगुण आहेत का की जे तुम्हांला इतर कोणाहीमधे असू नयेत असं वाटतं?

तरीही तुम्ही त्या अवगुणांसह जगत आहात.

जर इतरांमधली एखादी गोष्ट तुम्हांला खटकत असेल तर आधी ती तुमच्यामधे नाही ना हे पाहायला हवं.

इतरांमधे जे बदल आपल्याला अपेक्षित असतात ते बदल आपण आधी स्वत:मधे घडवून आणायला हवेत.

आपण जे होऊ देतो ते होत जातं.

आपण आपल्या आईवडिलांची निवड करू शकत नाही. त्यांनी तुमच्या मनावर काय परिणाम करावा हेसुद्धा आपण ठरवू शकत नाही. गरज पडली तर स्वत:ला सावरण्याची तयारी ठेवा.

आपण कोणत्या कुटुंबात जन्म घ्यायचा, ही एकच अशी गोष्ट आहे जी आपण ठरवू शकत नाही.

आणि त्याच गोष्टीचा लहान वयामधे आपल्यावर सर्वांत जास्त परिणाम होत असतो.

काहींसाठी ते सुखद असतं, तर काहींसाठी दु:खद.

बरेचसे लोक ते दु:ख बरोबर घेऊनच जगायचं ठरवतात.

...आणि त्याला दुर्दैव म्हणतात.

पण धाडसी लोक स्वत:वर काम करत स्वत:ला सावरतात आणि गतकाळाच्या प्रभावातून बाहेर पडतात.

मग तुम्ही असा धाडसी निर्णय का घेऊ शकत नाही?

स्वत:ला सावरणं हा पर्याय नाही. ती गरज आहे.

एखाद्याविषयी मनात नाराजी धरून ठेवायला खूप प्रयत्न लागतात.

आतापर्यंत एखाद्यावर रागावण्यात आपण किती वेळ वाया घालवला आहे याचा विचार करा.

एखादी व्यक्ती तुम्हांला दुखावते. आणि मग तुम्ही त्या व्यक्तीचा बदला घेण्यासाठी स्वत:ची शांतता गमावून बसता.

आपण जेव्हा एखाद्याविषयी मनात राग धरून ठेवतो तेव्हा त्या व्यक्तीनं आपल्या बरोबर जे केलं तेच आपणही करत असतो. स्वत:ला दुखवत असतो.

ती व्यक्ती आपल्याला एकदाच दु:ख देते. पण आपण मात्र त्या गोष्टीचा सातत्यानं विचार करत स्वत:ला लाख वेळा दु:खी करत राहतो.

जगातल्या प्रत्येक समस्येचं मूळ शोधायला गेलं तर ते विसंवादात सापडेल.

सर्व नातेसंबंध सुसंवाद साधल्यानं फुलत जातात.

तुम्ही कोणावर नाराज आहात का? मग त्याच्याशी बोलायला काय हरकत आहे?
तुम्ही स्वत:विषयी नाराज आहात का? मग स्वत:शी बोलायला काय हरकत आहे?

संवाद कसा साधायचा हे एकदा कळलं आणि आपण संवाद साधायला लागलो की आपण समस्यांमधे अडकून न राहता उपायासाठी आवश्यक कृतीचा विचार करू लागतो.

‘धन्यवाद’ हा शब्द उच्चारणं आणि मनामधे धन्यवादाचा भाव असणं यांत मोठा फरक आहे.

एखाद्याला बरं वाटावं म्हणून ‘धन्यवाद’ म्हणणं आणि खरंच मनापासून उपकृत वाटतं म्हणून ‘धन्यवाद’ म्हणणं हे वेगळं असतं.

यातल्या पहिल्यामधे केवळ उपकाराची भावना असते. आणि दुसऱ्यामधे त्या व्यक्तीनं केलेल्या कामाची प्रशंसाही असते.

आपण काय द्यायचं ठरवतो यावर आपली नाती कशी असतील ते ठरतं.

दुसऱ्यांना शिकवताना आपण स्वत: जास्त चांगल्या पद्धतीनं शिकत जातो.

कारण जेव्हा तुम्ही काही शिकता तेव्हा ते तुमच्यापुरतं असतं.

पण जेव्हा तुम्ही काही शिकवता तेव्हा तुम्ही ते दुसऱ्यांपर्यंत पोहोचवता.

इतरांना समजावं म्हणून तुम्ही ते जास्तीतजास्त सोपं करत जाता.

तुम्हांला जे आधीपासून माहीत आहे त्याची फोड करून ते उलगडत जाता.

त्याद्वारे तुम्हांला स्वत:लाही ते अधिक चांगल्या प्रकारे समजत जातं.

'तुमचं बरोबर आहे,' ही सुरुवात संवादासाठी उत्तम असते.

आणि तुम्हांला गरज नसतानाही सार्वजनिक स्तरावर असा संवाद साधणं हा तुमचा मोठेपणा असतो.

तुमच्या सहृदयतेमुळं तुम्हांला कदाचित दु:ख, हरल्याची भावना, हृदयभंग अनुभवाला येईल. पण तरीही सहृदयता जपा.

तुमच्या सहृदयतेला प्रत्येकाकडून सकारात्मक प्रतिसाद येईल असं नाही.

काही लोक त्याचा गैरफायदा घेतील.

काही लोकांना त्याची काही पर्वाच वाटणार नाही.

काही लोक त्याची कधीच दखल घेणार नाहीत.

तरीही, सहृदयतेनं व्यवहार करणं नेहमीच योग्य असतं.

आणि तेही इतर कोणाच्या भल्यासाठी नाही, तर तुमच्या स्वत:साठी.

कारण जर तुम्ही सहृदयता जपली नाही, तर तुम्ही कसे असाल?

अप्रिय दृष्टिकोन :

सहानुभूती शिकवता येत नाही. ती जन्मजात असली तरच असते.

सहानुभूती – तू कोणत्या परिस्थितीतून जात आहेस याची मला जाणीव आहे.

मी अनेक वर्षं लोकांना भेटण्यातून आणि त्यांच्याशी साधलेल्या संवादातून एक गोष्ट मला पक्की समजली आहे :

सहानुभूती तुमच्यामधे स्वभावत:च असावी लागते. अन्यथा ती नसते.

दुसऱ्यांना कसं समजून घ्यायचं हे तुम्हांला कोणीही शिकवू शकणार नाही.

दुसऱ्याच्या जागी स्वत:ची कल्पना करून बघणं तुम्हांला कोणीही शिकवू शकणार नाही.

एक तर तो गुण तुमच्याकडं असेल किंवा नसेल. तो विकसित करता येत नाही.

जेव्हा तुम्हांला या विधानातलं तथ्य समजेल तेव्हा आपला वेळ कोणासाठी वापरायचा, आपल्या गटातलं कोण आहे आणि कोणाला नकार द्यायचा हे तुमच्या लक्षात येईल.

अनुकंपा – मला तुझी परिस्थिती ऐकून दुःख वाटत आहे.

सहानुभूती – तुझ्यावर काय परिस्थिती आली आहे हे मला समजू शकतं.

आदर – ज्या पद्धतीनं तू ही परिस्थिती हाताळत आहेस ते बघून मला तुझं कौतुक वाटतं.

आदर – सहानुभूती – अनुकंपा

अनुकंपेमधे दयेची अभिव्यक्ती असते.

सहानुभूती ही अनुकंपेच्या पुढची पायरी असते, ज्यामधे आपण दुसरी व्यक्ती काय त्रासातून जात असेल याची कल्पना करतो.

आदराच्या भावनेमधे संबंधित व्यक्तीचा त्रास जाणून घेण्यापलीकडं जाणं आणि ती व्यक्ती किती चांगल्या प्रकारे परिस्थिती हाताळते आहे हे तिला जाणवून देणं.

निरुपयोगी असं कोणीच नसतं.

प्रत्येकाला असं काहीतरी माहीत असतं जे तुम्हांला माहीत नसतं.

लोकांना काहीच समजत नाही अशा भावनेनं आपण त्यांच्याशी संवाद साधायला गेलो तर काही नवं शिकण्याचे सर्व दरवाजे आपण बंद करून टाकतो.

त्या उलट आपण जर आपल्या अहंकाराला दरवाजाबाहेर ठेवलं आणि सतत काही नवं शिकण्यासाठी तयार राहिलो तरच आपल्याला जाणवेल की आतापर्यंत कितीतरी गोष्टी आपल्याला माहीतच नव्हत्या.

प्रत्येकाकडं सांगण्यासारखं काहीतरी असतंच.

त्यातून ते स्वत:ची एक प्रतिमा तयार करत असतात.

ती प्रतिमा कधी डागाळलेली दिसते- तर कधी स्वच्छ.

आणि बहुतेक सगळ्यांच गोष्टींमधे तुम्हांला माहीत नसलेलं असं काहीतरी असतंच.

त्यात आश्चर्यापेक्षा जास्त असतं, समाधान.

आपल्याला फारसं ज्ञान नाही याचं ज्ञान असणं हेच सर्वोत्तम ज्ञान आहे!

एखाद्या व्यक्तीच्या संवेदनशीलतेची आणि खरेपणाची पर्वा न करणं म्हणजे तिला खोटेपणानं वागायला भाग पाडणं.

जरा आठवून बघा. लहानपणी एखादी चूक झाल्यावर तुम्ही काय केलं होतं?

खोटं बोलून चूक लपवण्याऐवजी तुम्ही आईवडिलांना खरं काय ते सांगायचं ठरवलं होतं?

आणि तरीही तुमच्या खरेपणासाठी तुमचं कौतुक करण्याऐवजी ते तुम्हांला रागावले.

त्यातून तुम्हांला जग दिसलं. जग कसं वागतं ते तुम्हांला समजलं.

आपणही आपल्या आसपासच्या लोकांशी असंच वागायचं का?

आणि अप्रत्यक्षपणं त्यांना सांगायचं का की खरं बोलणं हे काही धाडसाचं काम नाही.

सत्यासारखं भीतिदायक सत्यच, जे बोलायला आणि ज्याच्या बाजूनं उभं राहायला धाडस लागतं.

एखादी व्यक्ती कशी आहे हे माहीत असूनही तिच्याविषयी आदर राखला गेला तर तो खरा आदर असेल.

एखादी व्यक्ती ऑनलाइन किंवा दूरस्थ संपर्कात असताना तिच्याविषयी आदर दाखवणं सोपं असतं. पण त्याला आदर म्हणता येणार नाही. तो मोह असेल.

पण त्या पलीकडं जाऊन त्या व्यक्तीला समजून घेऊनही तिच्याविषयी तोच आदर राखणं कठीण असतं.

कारण तेव्हा ती व्यक्ती अभिनय करत नसते.

तिचा मुखवटा उतरलेला असतो.

तिचं खरं रूप उघड झालेलं असतं.

तुम्हांला त्या व्यक्तीविषयी वाटणारं कौतुक त्या वेळी तिरस्कारात बदलतं किंवा आदराचं रूप घेतं.

जे लोक स्वत:पासून पळ काढत असतात,
त्यांच्यापासून आपण पळ काढायला हवा.

ज्यांना स्वत:ला सावरायची इच्छा नसते,

ज्यांना स्वत:ला खोलात जाऊन जाणून घ्यायचं नसतं,

जे ठीक नसतात आणि ठीक होण्यासाठी काहीही करत नाहीत,

ज्यांना स्वत:शी संवाद साधून गुंतागुंत सोडवायची नसते,

जे कधीच स्वत:शी जवळीक साधत नाहीत, त्यांच्या जवळ जाऊ नका.

समोर आलेल्या प्रत्येक विवादामधे भाग घ्यायलाच हवा असं नाही.

विवाद टाळता आले नाहीत तर तुमची शांती भंग होते. विवादाचं वैशिष्ट्य म्हणजे ते नेहमी वाढतच जातात. प्रत्येक विवादाच्या वेळी शांत राहणं, हाच तुमचा सहभाग असेल तर तुम्हांला आपोआपच शांती लाभेल.

आदर, एखाद्या पदावर अवलंबून नसतो.

तर ते पद कसं वापरलं जात यावर अवलंबून असतो.

तुम्ही सीईओ आहात, संस्थापक आहात, नेता आहात, व्यवस्थापक आहात की ज्येष्ठ कर्मचारी- यावर आदर ठरत नाही.

तुम्ही काय करता आणि तुम्ही कसे आहात- यावर तुमच्याविषयीचा आदर निर्माण होत असतो.

त्यामुळ आदर मिळवण्यासाठी पदाची आवश्यकता नसते.

तुमचं काम हेच तुमचं पद असतं.

आणि इतरांशी तुमचं वागणं हे तुमचं बिझनेस कार्ड असतं.

काही लोक तुम्हांला तुमच्या चुका दाखवतील.

काही लोक तुम्हांला तुमच्या चुका समजून घ्यायला मदत करतील.

यातले कोणते लोक तुम्हांला महत्त्वाचे वाटतात?

जे लोक तुम्ही चुकीचे आहात असं सांगतात, ते त्यांचे विचार तुमच्यावर लादत असतात.

जे लोक तुम्हांला तुमच्या चुका समजून घ्यायला मदत करतात ते तुम्हांला तुमचे स्वत:चे विचार घडवायला प्रोत्साहन देत असतात.

काही जण तुमच्यावर काही लादतात. काही जण दृष्टी देतात.

काही जण तुम्हांला टोचतात. काही जण तुम्हांला जागृत करतात.

काही जण तुम्ही कसे चूक आहात हे दाखवून देतात. काही जण तुम्हांला बरोबर कसं वागायचं ते शिकवतात.

प्रेम शोधण्यासाठी प्रयत्न करावे लागतात.

समाधान मिळवण्यासाठी प्रयत्न करावे लागतात.

स्वास्थ्य प्राप्त करण्यासाठी प्रयत्न करावे लागतात.

आनंदी राहण्यासाठी प्रयत्न करावे लागतात.

कदाचित म्हणूनच आपल्यापैकी बऱ्याच जणांकडं प्रेम, समाधान, आनंद आणि स्वास्थ्याचा अभाव असतो.

...

आपण स्वत:ला ज्या प्रेमासाठी योग्य मानतो, तेच प्रेम आपण स्वीकारतो.

पण प्रेम ही संकल्पना काही गोष्टींवर अवलंबून असते.

ती आपल्यावर प्रेम करणाऱ्यांवर नाही,

तर आपण केलेल्या प्रेमाच्या व्याख्येवर

आणि आपण स्वत:वर किती प्रेम करतो यावर अवलंबून असते.

आपण प्रेमासाठी योग्य नाही असं आपल्याला वाटत असेल तर आपण नकळतच प्रेम नाकारत राहतो.

आपण प्रेमासाठी योग्य आहोत यावर आपला खरोखरीच विश्वास असेल तर मात्र आपण आपल्या अगदी छोट्या गोष्टीचं केलं गेलेलं कौतुकही सहजतेनं आणि मानानं स्वीकारतो.

आपण प्रेम मिळवण्यासाठी योग्य आहोत, यावर ज्यांचा पूरेपूर विश्वास असतो त्याच लोकांना जास्तीतजास्त प्रेम मिळत जातं.

जोपर्यंत आपण एकमेकांना पूर्णपणे जाणून घेत नाही तोपर्यंत आपण एकमेकांशी सहमत होता कामा नये.

आणि नातं छान जुळलं असेल तर प्रत्येक गोष्टीमधे सहमती असायची गरज नसते.

छान जुळलेल्या नात्यामधे वैचारिक भेद असूनही एकमेकांचा सहज स्वीकार केला जातो.

आपल्याला जर आपलंच म्हणणं खरं करायचं असेल तर आपण फार मोठी चूक करून बसतो.

आपण जेव्हा एकमेकांच्या मतभेदांचाही आदर करू लागतो तेव्हा आपण त्या व्यक्तीच्या खऱ्या स्वरूपावर प्रेम करू लागतो.

तुम्हांला तुमचं आयुष्य कोणाबरोबर व्यतीत करायला आवडेल?

आयुष्यातला हा सर्वांत मोठा निर्णय असतो.

त्याचा विचार गांभीर्यानं करा.

तुम्ही तुमचा मोकळा वेळ कसा घालवावा, तुमचं काम, तुमचा पैसा आणि सर्वांत महत्त्वाचं म्हणजे तुमचा आनंद हे सगळं तुम्ही निवडलेला जोडीदार प्रत्यक्ष-अप्रत्यक्षपणं ठरवत असतो.

हा एक असा निर्णय असतो जो बदलताना अतीव दु:ख देऊ शकतो.

हा एक असा निर्णय असतो ज्याचा प्रभाव तुमच्या बहुतेक सर्व निर्णयांवर पडत जातो.

हा एक असा निर्णय असतो ज्यामुळं तुम्हांला तुमची प्रत्येक सकाळ आनंदाची पखरण करणारी वाटते किंवा घुसमटवणारी ठरते.

तुमचे आईवडील आधी एक माणूस आहेत आणि नंतर तुमचे आईवडील.

म्हणजेच तेसुद्धा चुकू शकतात.

तेसुद्धा त्रासदायक ठरू शकतात.

तेसुद्धा वाटेल तसं वागू शकतात.

ते या सगळ्यांपलीकडचे आहेत, असा गैरसमज करून घेऊ नका.

जोपर्यंत तुम्ही आर्थिक दृष्टीनं आईवडिलांवर अवलंबून असता तोपर्यंत तुम्हांला जाब विचारण्याचा अधिकार त्यांना असतो.
जर तुम्हांला आईवडिलांच्या अधिकारातून सुटका हवी असेल आणि त्यांचा आदरही जपायचा असेल तर आर्थिक दृष्टीनं स्वतःच्या पायांवर उभे राहा.

एखादी व्यक्ती जेव्हा म्हणते की, मला काय वाटतं ते तुला कधीच समजणार नाही, तेव्हा लक्षात ठेवा की ती व्यक्ती तुम्हांला आयुष्यातलं एक मूलभूत सत्य सांगत असते.

आपल्याला कधी समजणारच नसतं!

दुसरी व्यक्ती कोणत्या परीस्थितीतून जाते आहे हे आपण खरंच कधीही समजून घेऊ शकणार नाही.

हे ऐकून, विशेषत: ती व्यक्ती तुम्हांला खूप प्रिय असेल तर तुमचं मन व्यथित होईल.

पण कधीकधी आपल्याला समजू शकत नाही, हे समजणं म्हणजेच खरं प्रेम असतं.

आपल्या यशानं ज्यांना खरोखरीच आनंद होतो तेच आपले खरे मित्र.

तुम्ही इतरांचे असे खरे मित्र व्हा.

बरेच लोक म्हणतात की, संकटाच्या वेळी जे आपल्याला आधार देतात ते आपले खरे मित्र असतात.

मला हे पटत नाही.

संकटाच्या वेळी मदत करायला कोणीही तयार होतं.

मित्र असे हवेत जे आपलं यश साजरं करण्यात सहभागी होतील, त्यासाठी कधीही आपली ईर्षा करणार नाहीत.

पण असे मित्र क्वचितच लाभतात.

बरेच जण आपल्या मागं आपली चर्चा करत राहतात किंवा त्यांना आपल्या यशाविषयी काहीही आनंद वाटत नसतो.

पण असा एखादा छान मित्र असावा असं सगळ्यांनाच वाटत असतं.

मग आपण स्वतःच असे मित्र झालो तर?

आपल्याला ज्याची तीव्र इच्छा असते तेच जर आपण दुसऱ्या कोणाला देऊ शकलो तर आपल्याला त्या गोष्टीची इच्छाच उरत नाही.

तुम्ही जर बदल्यात काही मिळवण्याच्या अपेक्षेनं एखाद्याला आपली एखादी गोष्ट सांगितली तर तो व्यवहार ठरतो.

एखाद्या व्यक्तीशी आपलं जमत नाही म्हणून तिच्यापासून दूर राहावंसं वाटत असेल तर याचा अर्थ आपल्याला त्या व्यक्तीची काळजी वाटत नाही, असा नाही.

याचा अर्थ असा असतो की त्या व्यक्तीशी असलेल्या नात्यापेक्षा, तुम्हांला तुमचं स्वत:शी असलेलं नातं जास्त महत्त्वाचं वाटत असतं.

आपण काळाअनुसार बदलत जातो.
काही लोक बदलत नाहीत.

आपण काही गोष्टी सोडून द्यायला शिकतो.
काही लोक शिकत नाहीत.

आपण सकारात्मकतेनं पुढं जात राहतो.
काही लोकांना ते जमत नाही.

जर आपल्याला त्यांचं पटत नसेल तर ठीक आहे.
जर आपण त्यांच्यापासून भावनेनं दुरावलो असलो तर ठीक आहे.
आपण आपल्या व्यक्तिगत विकासाला महत्त्व द्यायला हवं.

त्यांना नसेल द्यायचं तर ठीक आहे.

याचा अर्थ तुम्हांला त्यांची काळजी नाही, असा नाही.

याचा अर्थ एवढाच की जोपर्यंत तुम्ही स्वत:ची काळजी घेत नाही तोपर्यंत तुम्ही इतरांची काळजी घेऊ शकत नाही.

ज्या नात्यांमधे तुमची ऊर्जा शोषून घेतली जाते अशा नात्यांपासून स्वत:ला दूर ठेवा.

अशा नात्यांमधे देवाण-घेवाण क्वचितच होते.

त्यामधे फक्त घेतलं जातं. आणि तुमच्याकडं तर देण्यासारखं खूप काही असतं.

इतरांशी आपलं वागणं हे आपलं, आपल्याशी वागण्याचं प्रतिबिंब असतं.

स्वार्थी, गोंधळलेली, दु:खी, वर्णद्वेषी, धर्मांध व्यक्ती कधीही स्वत:वर खरं प्रेम करू शकणार नाही.

आपण स्वत:ला कमी लेखतो म्हणून इतरांचा अपमान करतो.

आपल्याच आयुष्यात आत्मसन्मानाचा अभाव असल्यानं आपण इतरांची टिंगल करतो.

आपण स्वत:च खोलवर दुखावले गेलो असल्यानं इतरांना दुखावताना आपण विचारच करत नाही.

आपण कदाचित ते मान्य करणार नाही.

ज्या लोकांनी खोलवर आघात सहन केलेले असतात त्यांना आत्मिक शांती क्वचितच लाभते.

आणि खरोखरी आनंदी, समाधानी, मनानं मोठे लोक कधीही इतरांना स्वत:विषयी वाईट वाटेल अशी वागणूक देत नाहीत.

आपल्या आत वसलेलं जग, बाहेरच्या जगाला प्रभावीत करत असतं. काळाला प्रभावीत करत असतं.

आपण जेव्हा काही पाच–सहा लोकांबरोबर जास्तीतजास्त काळ घालवतो, तेव्हा आपण त्या माणसांबरोबर नसतो.

आपण त्या पाच–सहा विचारांबरोबर जास्तीतजास्त काळ घालवत असतो आणि त्यांच्यातले एक होतो.

आणि ते विचार आपल्या आयुष्यातल्या लोकांकडूनच आले असतील असं नाही.

सोशल मीडिया, पुस्तकं किंवा पॉडकास्ट अशा कोणत्याही माध्यमातून आपण ज्यांना बघत–ऐकत असतो त्यांचे विचार आपल्या आयुष्यात सामील होत असतात.

खरं तर आपण लोकांबरोबर कधी नसतोच.

आपण कल्पनांबरोबर, विचारांबरोबर आणि व्यक्तित्वांबरोबर असतो.

म्हणूनच हुशारीनं निवड करा.

मी माझ्या आईवडिलांकडून घेतलेली शिकवण–

पपांनी एका नव्या कंपनीमधे विक्री प्रतिनिधी म्हणून काम सुरू केलं. वर्षभरातच त्यांना दुसऱ्या एका कंपनीतून बोलावणं आलं. तिथं त्यांना आधीपेक्षा दुप्पट पगार आणि एक गाडीही मिळणार होती. ते वर्ष होतं १९८५. खूप मोठी संधी होती.

त्यांनी तो प्रस्ताव स्वीकारला.

दोन वर्षांनी ती कंपनी बंद पडली.

आणि त्यांनी जी कंपनी सोडली होती ती रॅनबॅक्सी कंपनी आता प्रचंड मोठी झाली होती.

पपांकडं एक वर्षभर काही कामच नव्हतं...

मला आठवतंय, कुटुंबातले आम्ही सगळे जण बसून बॉलपेन्समधे रिफिल्स भरत असू. कारण शंभर पेन्स भरली की पपांना काही ठरावीक रक्कम मिळत असे.

मला आठवतंय, त्या दिवसांमधे आई आणि पपा दिवसात एकदाच जेवत असत.

पण तरीही मला आणि माझ्या बहिणीला त्यांनी शक्य तितक्या चांगल्या शाळेत शिकवलं.

आमच्याकडं पैसे नाहीत हे आम्हांला माहीत होतं– पण आईवडिलांनी आम्हांला ते कधी जाणवू दिलं नाही.

पपांनी धोका पत्करला होता. पण त्याचा फायदा झाला नाही.

त्या धक्क्यातून ते कधीच सावरू शकले नाहीत.

पण वेळ आली असती तर त्यांनी पुन्हा तसाच धोका पत्करला असता.

शिकवण :

धोका पत्करणं आणि अपयशी होणं या मनोवस्था असतात.

त्याची कधीही भीती असू नये.

आणि पश्चात्तापही करू नये.

माझ्या 'मां'सारखी संवेदनशील व्यक्ती मी कधी पाहिलीच नाही.

तिची संवेदनशीलता हीच तिची मोठी शक्ती आहे. कारण दुसऱ्यांना काय वाटत असेल हे ओळखण्याची कला तिच्याकडं आहे.

जेव्हा केव्हा माझ्या डोक्यात गोंधळ माजलेला असतो किंवा मी कोणावरतरी चिडलेला असतो तेव्हा ती नेहमी विचारत असे, "ते काय विचार करत असतील?"

शिकवण :

'मला काय वाटतं?' याबरोबरच 'त्यांना काय वाटत असेल?' हा विचारही तितकाच महत्त्वाचा असतो.

व्यावसायिक स्तरावर पपांना आयुष्यभर संघर्ष करावा लागला. त्यांनी घेतलेले मोठे निर्णय फसले. परिणामत:

आम्ही कर्जबाजारी झालो. आणि त्यामुळं अगदी हलाखीची परिस्थिती अनुभवली.

पण एक गोष्ट कधीच बदलली नाही. पपा कष्ट करतच राहिले.

मला नेहमी आश्चर्य वाटत असे. मी विचार करत असे की त्यांच्यामधे इतकी शक्ती कुठून येते.

शिकवण :

न थकता रोजच्या दिवसाला सामोरं जायचं असतं.

काम करत, जबाबदाऱ्या सांभाळत आणि नाती फुलवत राहायचं असतं.

मी जेव्हा एखादा पुरस्कार प्राप्त करतो किंवा कौतुकास्पद काही करतो तेव्हा माझ्या 'मां'ला नक्कीच आनंद होतो- पण लगेचच ती मला तिचा आवडता आशीर्वाद देते, "देव तुला कायम जमिनीवर ठेवो."

शिकवण :

तुम्ही कुठून आला आहात ते कधीच विसरू नका.

एखादा कौटुंबिक सोहळा असो, लग्न-समारंभ असो किंवा भोजनाचा कार्यक्रम असो, पपा नेहमी त्यांचं काश्मिरी गाण्यांचं पुस्तक बरोबर घेऊन जातात.

त्यांना वाटतं की कोणीतरी त्यांना गायला सांगावं. आपण फार छान गातो असा त्यांना विश्वास आहे. (आणि ते खरंच खूप छान गातात.) म्हणूनच लोक आपल्याला गायला का सांगत नाहीत हे त्यांना पडलेलं कोडं आहे.

शिकवण :

तुम्ही स्वत:च जर स्वत:वर विश्वास ठेवला नाही तर इतर कोणी तुमच्यावर विश्वास ठेवणार नाही.

मी पीएचडी सोडून भारतात परत आलो. चोविसाव्या वर्षी माझ्याकडं ना काही योजना होत्या, ना ध्येय, ना दिशा, ना पैसा. मां आणि पपा काही खूश नव्हते. पण त्यांनी आपली नाराजी लपवायचा आटोकाट प्रयत्न केला.

मला आठवतंय, एक दिवस मी दात घासत असताना मां माझ्याकडं आली आणि अगदी हळुवारपणं म्हणाली, "तू आयएएस परीक्षा द्यायचा विचार करशील का? कारण तू एक उत्तम आयएएस अधिकारी होशील असं मला वाटतं."

ती विनंती होती.

मी काही विचार करावा याविषयीची विनंती.

मी नम्रपणं नकार दिला. पण मला जाणवलं की मी खूप भाग्यवान आहे. कारण आपल्या अपत्यानं काही विचार करावा याची 'विनंती' करणारे आईवडील मला लाभले आहेत.

शिकवण :

आदराची भावना एखाद्या पदामुळं, वयामुळं किंवा अनुभवानं येत नाही.

ती आचरणात असावी लागते.

हातचं सगळंच गेलं अशा परिस्थितीत पपा किती वेळा अडकले आणि किती वेळा सावरले, याची गणतीच नाही. मग 'लग्नाचं वऱ्हाड आलं तरी स्वयंपाक तयार नाही,' अशी एखादी क्षुल्लक गोष्ट असो किंवा 'याच्या यूएसच्या तिकिटाची सोय कशी करायची?' अशी एखादी गंभीर समस्या असो.

शिकवण :

सगळ्यांनी आपली साथ सोडली तरी आपण आपल्यासाठी नेहमी असतोच.

माझ्या 'मां'ला सगळं अचूक हवं असतं. पण तिची अचूकतेची व्याख्या अतिशय मजेदार आणि प्रेरक आहे.

अचूकता म्हणजे एखादी गोष्ट अशा सफाईदारपणं करणं की ती कशी केली गेली असेल, याचं लोकांना आश्चर्य वाटत राहावं.

पण तुमच्यासाठी ती काही मोठी गोष्ट नाही.

ती सवय असावी.

ते नैसर्गिकपणे होत राहावं.

शिकवण :

अचूकता वैयक्तिक असते.

लोकांना आश्चर्यचकित करणं म्हणजे अचूकता.

पण तुमच्यासाठी काम करण्याचा एकमेव मार्ग अचूकता हाच असावा!

मां आणि पपा दोघंही श्रीनगरचे आहेत. तिथं त्यांना फारशा सुविधा मिळाल्या नाहीत.

ते मोठ्या शाळेत जाऊ शकले नाहीत.

आयुष्यासाठी उपयोगी ठरेल, असा काहीच ठेवा त्यांना तिथं लाभला नाही.

त्यांच्या पिढीच्या बऱ्याचशा लोकांप्रमाणं ते फक्त जमेल तसं काम करत राहिले.

आणि म्हणूनच मला आणि माझ्या बहिणीला शक्य तितकं चांगलं आयुष्य देण्यासाठी त्यांनी किती खस्ता खाल्या हे आठवलं की माझे डोळे पाणावतात.

आम्ही चांगल्या शाळेत गेलो, आम्हांला हवं तसं जगायचं स्वातंत्र्य मिळालं, आम्हांला खूप प्रेम मिळालं, आमची काळजी घेतली गेली.

आणि माझी खात्री आहे की आम्ही आज जे काही आहोत ते केवळ आम्हांला ज्या पद्धतीनं वाढवलं गेलं त्यामुळं आहोत.

आम्ही पैशांची चणचण अनुभवली, अनेकदा टोकाच्या परिस्थितीत राहिलो; पण तरीही कधी आयुष्यातला आनंद हरवू दिला नाही.

मटार पुलावनं भरलेला प्रेशर कूकर, सतरंजी आणि ताटल्या-चमचे घेऊन आम्ही चौघं जण बजाज स्कूटरवरून इंडिया गेटला जात असू.

आणि संध्याकाळी परतताना क्वालिटीची पाच रुपयांची आइस कँडी घेत असू.

मला वाटतं- तिथपासूनच आनंद कसा मिळवायचा हे मी शिकत गेलो.

कारण पैशांशिवाय जगणं कसं असतं हे मला माहीत होतं.

आज माझ्या आईवडिलांना जे काही करावसं वाटतं त्यासाठी जितके हवे तितके पैसे देणं, हे माझ्या मुख्य ध्येयांमधलं एक ध्येय आहे.

आनंदात कसं राहायचं हे तर त्यांना आधीपासून माहीत आहेच.

माझ्या मुलांसाठीची पत्रं, जी मी कधीच लिहिली नाहीत– पण लिहायला हवीत...

प्रिय विदुर,

कार्टून बघत असताना त्यामधे काही अन्याय घडताना दिसला की तू रडतोस. आणि जेव्हा जेव्हा मी तुला असं रडताना पाहतो तेव्हा मला वाटतं की तुला आता जे जाणवतं आहे ते तू कधीच विसरू नयेस. मी तशी प्रार्थनाही करतो. मला आशा आहे की अन्यायाची तुझी व्याख्या, आता आहे तशीच कायम शुद्ध आणि स्पष्ट राहील.

तुला खूप खूप प्रेम!

प्रिय उझ्मा,

खरं तर आम्हांला तुझी गरज नव्हती. तुझ्या जन्माआधी आपल्याला दुसराही मुलगाच तर होणार नाही ना अशी मला भीती वाटत होती. (दोन मुलगे... नाही नाही!) तुला वेळ देता येईल की नाही याची मला चिंता होती.

पण तू आमच्या आयुष्यात आलीस याचा मला आता खूप आनंद आहे.

तू मला परिपूर्ण केलंस.

तुला खूप खूप प्रेम!

प्रिय विदुर,

तुला आठवतंय? तू पाच वर्षांचा होतास आणि सायकलसाठी हट्ट करत होतास, पण आम्हांला ते

परवडणारं नव्हतं. शेवटी काहीतरी करून आम्ही ते जमवलं. आणि सायकल पाहून आनंदातिरेकानं तू खूप रडला होतास.

म्हणून आम्ही जेव्हा तुला विचारलं की, आम्ही तुला दिलेली सगळ्यांत छान भेट कोणती? तेव्हा आम्हांला वाटलं होतं की तू 'सायकल' हे उत्तर देशील.

पण तू म्हणालास, 'उझ्मा.'

किती गुणी आहेस रे तू!

तुला खूप खूप प्रेम!

प्रिय उझ्मा,

जेव्हा जेव्हा तू आरशासमोर उभी राहतेस आणि जगाची पर्वा न करता मुक्तपणं गातेस, नाचतेस तेव्हा आयुष्य किती सुंदर आहे हे मला जाणवतं.

मी कबूल करतो की आता मीसुद्धा तसाच वागतो, आरशासमोर!

तुला खूप खूप प्रेम!

प्रिय विदुर,

जेव्हा तुला खिडकीमधे उभं राहून बाहेरच्या पावसाचे थेंब अंगावर घ्यायचे होते तेव्हा आम्ही तुला जबरदस्तीनं झोपायला लावत होतो.

आणि तू झोपल्याचं सोंग केलं होतंस.

आणि जेव्हा आम्ही तिथून बाहेर गेलो तेव्हा तू पुन्हा

खिडकीशी गेलास आणि पावसाचे थेंब अंगावर घेत राहिलास.

तू अगदी योग्य तेच केलंस बाळा!

तुला खूप खूप प्रेम!!

प्रिय उझ्मा,

उर्दूमधे तुझ्या नावाचा अर्थ आहे, 'श्रेष्ठतम'.

पण तू त्याचा ताण घेऊ नकोस हं!

तुला खूप खूप प्रेम!

प्रिय विदुर,

तुझ्या नावाचा अर्थ आहे, 'बुद्धिमान' किंवा 'चतुर'.

पण तू त्याचा ताण घेऊ नकोस हं.

तुला खूप खूप प्रेम!

प्रिय उझ्मा,

कोणते कपडे घालायचे याचा निर्णय घेणं हे दिवसातलं तुझं सर्वांत मोठं काम असतं. तू अगदी तन-मन अर्पून ते काम करतेस. जसं काही तुझं आयुष्य केवळ त्या गोष्टीवरच अवलंबून असावं. आणि जेव्हा तुझा निर्णय होतो तेव्हा आपण हे करू शकलो याचा तुला अभिमान वाटतो.

अशीच जगत राहा. नेहमीच!

तुला खूप खूप प्रेम!!

प्रिय विदुर,

आपल्याकडं ॲमेझॉन पॅकेजेस येतात तेव्हा तू किती आनंदून जातोस! मला ते खूप आवडतं. तुला खेळायला आणखी एक पुठ्ठ्याचं खोकं मिळतं. मग तू त्याचे रोबो बनवतोस, किचन सेट आणि गेमिंग आर्केड्स तयार करतोस.

तुझ्याकडं कल्पनाशक्ती आहे.

ती कायम तशीच राहावी या आशेनं मी प्रार्थना करतो.

तुला खूप खूप प्रेम!

प्रिय उझ्मा,

आपण तुझी सगळी खेळणी आवरून ठेवतो तो दिवसातला सर्वांत छान वेळ असतो. तू त्या वेळेची वाट पाहत असतेस. पसारा आवरणं, वस्तू वेगवेगळ्या करणं, जागेवर ठेवणं. आणि हे सगळं तू 'सूट-नाइट' घालायच्या आधी करणं.

तूच घातलेला घोळ, तूच निस्तरतेस. आणि ते आनंदानं करतेस. नेहमी अशीच राहा.

तुला खूप खूप प्रेम!

प्रिय विदुर,

उझ्माला त्रास द्यायला तुला आवडतं. तू तिला घाबरवतोस, तिच्यावर ओरडतोस, तिला रागावतोस. मारतोससुद्धा.

पण मग तू तिची माफी मागतोस. ती रडायला लागली की तूही रडतोस. तिला शांत करण्यासाठी तिला पुस्तकं

वाचून दाखवतोस.

तू काय केलेलं लोकांना आवडतं आणि काय आवडत नाही– याची समज तुला आहे.

ती तशीच असू दे.

तुला खूप खूप प्रेम!

प्रिय उझ्मा,

तू अगदी एखाद्या मोठ्या माणसासारखं बोलतेस. तुला काय आवडतं, काय आवडत नाही, तुला काय हवं, काय नको आणि तुला कशानं आनंद होतो, कशानं नाही ते सांगतेस.

असं वाटतं की तू स्वत:ला छान ओळखलं आहेस.

ते एक वरदान असतं. त्याचा नेहमी विचार कर.

तुला खूप खूप प्रेम!

प्रिय विदुर,

जग त्याची यश आणि अपयशाची व्याख्या तुझ्यावर लादतच राहील. आम्हीही तो अपराध केला आहे.

पण तुझ्या दृष्टीनं यश आणि अपयश काय असावं याचे मापदंड तू स्वत: निश्चित कर.

स्वत:च्या मनासारखा जग.

इतरांच्या नाही.

तुला खूप खूप प्रेम!

प्रिय उझ्मा,

जग त्याची यश आणि अपयशाची व्याख्या तुझ्यावर लादतच राहील. आम्हीही तो अपराध केला आहे.

पण तुझ्या दृष्टीनं यश आणि अपयश काय असावं याचे मापदंड तू स्वत: निश्चित कर.

स्वत:च्या मनासारखी जग.

इतरांच्या नाही.

तुला खूप खूप प्रेम!

प्रिय विदुर,

आपल्याकडं जे आहे ते रस्त्यावरच्या मुलांकडं नसतं म्हणून जेव्हा तू आपले पैसे, आइसक्रीम, बिस्किट्स यांतलं थोडंसं त्यांना द्यायला सांगतोस तेव्हा, आपण आता जसं आहोत, तसं होण्याआधी आपण कसं होतो, याची तू मला आठवण करून देतोस.

माझी विनंती आहे की आपण आता जसं आहोत तसा तू होऊ नकोस.

तुला खूप खूप प्रेम!

प्रिय उझ्मा,

खरं तर तुला वाचता येत नाही. पण तरीही जेव्हा तू स्वत:च पुस्तक वाचतेस तेव्हा आम्ही वाचून दाखवल्यावर जितकी मजा वाटेल तेवढीच मजा तुला वाटत असते.

कधीकधी तर जरा जास्तच.

कारण त्या वेळी तुझ्या मनात चाललेली गोष्ट पुस्तकातल्या गोष्टींपेक्षा जास्त महत्त्वाची असते. हे नेहमी लक्षात ठेव.

तुला खूप खूप प्रेम!

प्रिय विदुर,

एकदा तुला सैनिक व्हायचं होतं. एकदा तुला वॉचमन व्हायचं होतं. मग रोबो आणि मग कलाकार व्हायचं होतं. तुला माहीत आहे? तू ते सगळं व्हावंस आणि आणखीही बरंच काही व्हावंस असं मला वाटतं. आयुष्यात एकच एक गोष्ट का करायची? एकच तर आयुष्य असतं!

तुला खूप खूप प्रेम!

प्रिय उझ्मा,

तू विदुरला दादा म्हणतेस. बंगालीमधे त्याचा अर्थ 'भाऊ,' आणि हिंदीमधे 'आजोबा' असा होतो.

पण अजून तुला ते माहीत नाही.

आणि जेव्हा तुला ते माहीत होईल तेव्हा ते चुकीचं वाटतं म्हणून बदलू नकोस. तसंच म्हणत राहा. कारण तीच तर तुझी नात्याची सुरुवात आहे. आपली सुरुवात कधीच विसरू नकोस.

तुला खूप खूप प्रेम!

प्रिय विदुर,

तुझी आई आणि मी पैशांच्या अभावातच लहानाचे मोठे झालो.

पण तू एका वातानुकूलित शाळेत जातोस.

त्यामुळं तुला मिळालेल्या सुविधांची जाणीव सतत तुला करून देत राहणं हे आमचं कर्तव्य आहे.

हे सगळं तू कमावलेलं नाहीस.

तुला हे सहज लाभलं आहे.

त्याचा कधीच अभिमान बाळगू नकोस. त्याविषयी कृतज्ञ राहा.

तुला खूप खूप प्रेम!

प्रिय उझ्मा,

दादा जेव्हा तुझं आवडतं गाणं लावतो तेव्हा एलेक्झाबरोबर तूही गातेस. त्यात काहीतरी विशेष असतं.

आपण रॉकस्टार आहोत असा तुझा आविर्भाव असतो.

खरं सांगू?

तू आहेसच!

तुला आपण जे आहोत असं वाटतं ते तू असतेसच.

तुला खूप खूप प्रेम!

प्रिय विदुर,

तुझा प्रेमळपणा, तुझ्यातली नम्रता, तुझा आनंदी स्वभाव आणि कशातही रमून जाण्याची तुझी क्षमता खूप मौल्यवान आहे.

आम्हांला तुझा खूप अभिमान आहे, मेरी जान!

असाच राहा!

तुला खूप खूप प्रेम!!

प्रिय उझ्मा,

तुझ्यातली ऊर्जा, तुझं पोक्तपणं वागणं, तुझी प्रसन्नता आमचं आयुष्य आनंदानं भरून टाकते. आपल्या अपत्याचं एवढं प्रेम आपल्याला लाभेल असं मला कधी वाटलंच नव्हतं.

तू आम्हांला किती आनंद देतेस, मेरी जान!

नेहमी आनंदी राहा.

तुला खूप खूप प्रेम!

उपसंहार

मला आयुष्यात अनेकदा अपयश आलं. मी त्याविषयी नेहमी बोलत आलो आहे. या पुस्तकामधे तुम्हांला त्याविषयी बरंच वाचायला मिळेल.

पण आता, मला जे काही सांगायचं आहे ते अपयशाविषयी नाही- तर वेळेशी असलेल्या माझ्या नात्याविषयी आहे.

मला आठवतं की अगदी लहानपणापासून मी माझ्या वेळेचं मोजमाप करत असे.

तासांअनुसार दिवसभरात काय काय केलं याचा हिशोब मी ठेवत असे. शालेय वयामधे मी ते वहीत लिहीत असे. नंतर मी एक्सेल शीट वापरायला लागलो आणि आता मी त्यासाठी apps वापरतो.

आजही वेळ, ही अशी एक गोष्ट आहे जिच्यावर मी काटेकोरपणे लक्ष ठेवून असतो.

माझ्या आयुष्यातल्या सर्व महत्त्वाच्या गोष्टी माझ्या दिनदर्शिकेवर असतात.

माझा व्यायाम.

माझं व्हिडिओ शूटिंग.

महत्त्वाचे वाढदिवस आणि वर्धापन दिन.

बिलं भरण्याची आणि विमा नूतनीकरणाची आठवण.

मी माझ्या रिकाम्या वेळेचीही आखणी करतो.

बऱ्याच लोकांना हे स्वत:ला बंधनात ठेवण्यासारखं वाटतं. पण माझ्यासाठी हे स्वत:ला मुक्त करणं आहे.

कारण त्यामुळं मला माझ्यासारखं वागणं जास्तीतजास्त शक्य होतं.

पण हे सगळं मी पुस्तकाच्या अखेरीस का सांगतो आहे?

कारण तुमच्या आयुष्यात कितीही अपयशं आली असली, तुम्हांला कितीही आघात सोसावे लागले असतील किंवा कितीही अनपेक्षित वादळांचा सामना करावा लागला असला तरीही तुमच्याकडं अशी एक शक्ती असते जी तुम्हांला आयुष्याच्या प्रत्येक वळणावर आधारस्तंभ ठरते.

माझ्यासाठी तो आधारस्तंभ होता, मी वेळेशी जपलेलं माझं नातं.

ज्या गोष्टी मी निश्चित वेळेअनुसार ठरवून करतो त्या सर्व गोष्टींना माझ्या आयुष्यात प्राधान्य असतं.

मी त्या वारंवार करत राहतो, नियमितपणे करत राहतो; कारण त्यासाठी मी स्वत:लाच वचनबद्ध आहे.

कालांतरानं त्या माझ्या सवयी झाल्या.

अशा सवयी, ज्यांनी मला मोठमोठ्या अपयशांमधून बाहेर काढलं आणि मी कधी कल्पनाही करू शकलो नसतो अशा संधी माझ्यासाठी निर्माण केल्या.

आयुष्यातले निर्णय अजाणतेपणानं नाही, तर जाणीवपूर्वक घेतले जावेत यासाठी हा संपूर्ण पुस्तकप्रपंच असला तरी अखेरीस मी तुम्हांला अशा एका गोष्टीची जाणीव करून देणार आहे ज्याची तुम्ही कधी कल्पनाही केली नसेल.

तुमची सर्वोच्च शक्ती कोणती?

माझ्यासाठी वेळ हीच माझी सर्वोच्च शक्ती आहे.

मग तुमची कोणती?

तुम्हांला हा विचार करायला लावताना, तुम्ही तुमची आवड जपावी किंवा काम करण्यासाठी आवडीचं क्षेत्र शोधून काढावं असलं काही मला सांगायचं नाही.

मला हे सांगायचं आहे की, आयुष्यातले सगळे फासे उलटे पडत असतानाही तुम्हांला पुढे रेटत राहील अशी एक गोष्ट शोधून काढा.

मग ती तुमची शिस्तबद्धता असेल.

किंवा कार्याप्रति तुमची समर्पण भावना आणि वचनबद्धता असेल.

आयुष्याकडं बघण्याचा तुमचा एखादा दृष्टिकोन असेल.

तपशिलासह काम करण्याकडं लक्ष देणं असेल.

तुमचं मैत्रीपूर्ण आचरण असेल.

किंवा तुमची खिलाडू वृत्ती असेल.

किंवा जिच्यामुळं अनपेक्षित फायदे झाले, ती तुमच्यातली बंडखोरी असेल.

कोणत्या ना कोणत्या प्रकारची सर्वोच्च शक्ती तुमच्याकडं असतेच.

जेव्हा तुम्ही बाहेरच्या जगात जाल आणि स्वत:ची अशी 'सर्वोच्च बकवास' कराल तेव्हा तुमच्यामधली हीच सर्वोच्च शक्ती तुमचा बचाव करेल. तुम्हांला कधीच हार मानावी लागणार नाही.

कारण स्वत:मधे सगळ्यांत चांगलं काय आहे याकडं आपण कधी लक्षच देत नाही.

मी अंकुर वारिकू, आता आपला निरोप घेतो!!

आभार...!!!

हे पुस्तक म्हणजे मी घेतलेले उधारीचे विचार आणि माझ्या प्रेरणा यांचं अफलातून उदाहरण आहे. आपल्या जागतिक स्तरावरच्या दृष्टिकोनातून मदत करणारे, प्रोत्साहन देणारे आणि प्रशंसा करणारे जे अनेक लोक मला भेटले, ते भेटले नसते तर या पुस्तकात मी तुम्हांला जे काही सांगितलं आहे ते शक्यच झालं नसतं.

यांमधे सर्वांत प्रथम मी चिकीचं नाव घेईन. २०१४च्या सुरुवातीला आम्ही पहिल्यांदाच भेटलो तेव्हा ती म्हणाली होती, ''तुझ्यामधे खूपशी पुस्तकं भरून राहिलेली आहेत.'' माझ्यातल्या लेखकाला माझ्याही कितीतरी आधी तिनं ओळखलं होतं. चिकी, माझ्यावर दाखवलेल्या या विश्वासासाठी तुझे आभार!

मी माझ्या लेखनामधे वारंवार करत असलेले बदल धीरानं सहन करण्यासाठी जगरनॉट टीमचे आभार!

वारिकू यांच्या संहितेमधे पुढाकार घेणारी आणि खरं सांगायचं तर मुळात हे पुस्तक जिच्यामुळं अस्तित्वात आलं ती निष्ठा. तिनं अनेक वर्षांपासूनचं साहित्य धुंडाळलं

त्यातलं जे महत्त्वाचं वाटलं ते एकत्र केलं आणि मग ते सर्व छान गुंफलं.

वारिकू यांचे सर्व सहकारी! आपण जे काही करतो आहोत आणि ज्या प्रकारे करतो आहोत त्याविषयी मला खूप अभिमान वाटत आला आहे. आणि त्याचं कारण तुम्ही सर्व जण आहात. तुम्ही माझं प्रेरणास्थान आहात!

एक उत्तम शिक्षक विद्यार्थ्याचं संपूर्ण आयुष्य घडवू शकतो हे दाखवून देणाऱ्या माझ्या माध्यमिक शाळेतल्या शिक्षिका सिसिलिया मॅडम.

माझ्या शालेय जीवनात आनंद भरण्यासाठी आणि ते अविस्मरणीय करण्यासाठी माझे मित्र कुणाल, मुकेश आणि मिश्रा यांचे आभार!

अमेरिकेमधलं माझं वास्तव्य संस्मरणीय करण्यासाठी समीर, मोदी, गस्टी, निशांत, कोरडे आणि विनीत यांचे आभार! त्या दोन वर्षांत मी जसा घडलो तसा कधीच घडू शकलो नसतो. आणि त्यामधे तुमचा सहभाग फार मोठा आहे.

२००६ची आयएसबी तुकडी- तुम्ही सतत मल प्रोत्साहन देत आला आहात. कालांतरानं या तुकडीतल्या प्रत्येकानं यशासाठी स्वत:ची अशी खास व्याख्या तयार केली आणि त्याद्वारे आता ते इतरांनाही खरं यश कशात आहे हे ओळखायला मदत करतात हे किती विशेष आहे.

कियरनेमधले माझे सहकारी अक्षत, अंशुमान आणि शिंटू- मला काहीच येत नव्हतं तेव्हा त्यांनी मला

शिकवलं, माझ्या चुका शांतपणे सहन केल्या आणि मला प्रोत्साहन देणारे माझे कायमचे मित्र झाले.

उद्योजक म्हणून मला पहिलं काम देणारे श्री. पाहवा. मला दिलेल्या त्या संधीसाठी मी कायम तुमचा ऋणी राहीन.

उद्योजकतेविषयी मी दशकभरात जे शिकू शकलो नसतो ते वर्षभरात शिकवणारा ओली.

आमच्यावर विश्वास दाखवायला कोणीही तयार नव्हतं तेव्हा आमच्यावर विश्वास ठेवणारा आणि आम्हांला कोणाचाही आधार नसताना आम्हांला आधार देणारा मोहित.

ग्रुपॉन आणि नियरबायमधे काम करणारे सर्व जण– त्या नऊ वर्षांनी मला एक नेता म्हणून, एक संचालक म्हणून आणि एक माणूस म्हणून घडवलं. एका सुंदर संस्थेची उभारणी करण्यामधे तुम्ही दिलेलं सहकार्य ही माझ्या 'मर्मबंधातली ठेव' असेल आणि त्यासाठी मी कायम तुमचा ऋणी राहीन.

मला अगदी हवे तसे लाभलेले सर्वोत्तम सहसंस्थापक रवी आणि स्नेहेश– माझ्यात कमतरता असूनही माझ्यावर विश्वास दाखवण्यासाठी आणि वेळप्रसंगी मला रोखण्यासाठी तुमचे आभार!

बन्नो, सुप्रिया, पीके, मितु, शिप्रा, अनूप, रोहित, अपूर्वा, कमल, श्यामला, मीरा आणि वेंकी तुमच्या धमाल मैत्रीसाठी तुमचे आभार!

बब्स, सिंग्ला, बाली आणि चिश्ति - आयुष्यात आवश्यक असे हे मित्र. तुम्ही मला कधीच उदास होऊ दिलं नाही. तुम्ही मला मदत करता, मला सल्ले देता आणि माझे फालतू विनोद सहन करता.

राधिका, ही इतकी छान बहीण आहे! तिच्या बरोबर मोठं होताना खूप मजा आली. आता तिला स्वतःच्या स्वप्नांचा मागोवा घेत सुखात जगताना पाहून ती माझी एक उत्तम विद्यार्थिनी आहे असं वाटतं.

माझं प्रेमपूर्वक स्वागत करण्यासाठी रुचीच्या संपूर्ण कुटुंबाचे आणि आमच्या कुटुंबाचा भाग होण्यासाठी गौतमचे आभार!

मा आणि पपा, मी जे काही करतो आहे त्याचा पाया तुम्ही माझ्यामधे उतरवलेल्या जीवनमूल्यांमधे आहे. मी अतिशय विचित्र असे निर्णय घेतले तेव्हा विश्वास बसणार नाही इतके शांत राहिलात आणि मला आधारही दिलात. आता विदुर आणि उझ्मासाठी मीही तुमच्यासारखंच छान पालकत्व निभावेन अशी मला आशा आहे.

विदुर आणि उझ्मा, तुम्ही माझ्या आयुष्याला इतका सुंदर अर्थ दिलात ज्याची मी कधी कल्पनाही केली नव्हती. तुम्ही माझं आयुष्य आहात.

आणि अखेरीस रुची. तिच्याशिवाय माझं काही अस्तित्वच असू शकत नाही. गेली एकवीस वर्षं आम्ही बरोबर आहोत. खरं सांगायचं तर आम्ही एकत्रच परिपक्व

झालो. रुची, तू नेहमी माझ्यातलं चांगलं तेच बघत आलीस आणि म्हणूनच आज मी मला नीटसं ओळखू शकतो आहे. माझ्या आयुष्यात येण्यासाठी तुझे खूप खूप आभार! माझं तुझ्यावर प्रेम आहे.

अनुवादक परिचय

इंद्रायणी चव्हाण, १९९१-९२पासून आकाशवाणी आणि दूरदर्शनसाठी लेखन-निवेदन करत आहेत. दिवाळी अंक, वृत्तपत्रं आणि मासिकांमध्ये त्यांचे लेख प्रकाशित झाले आहेत. गेल्या १५ वर्षांपासून त्या हिंदी आणि मराठीमध्ये विविध विषयांसंबंधी अनुवादाचं काम करत आहेत. त्यांनी काही पुस्तकांचेही अनुवाद केले आहेत. त्यांतली छत्रपती शिवाजी महाराजांच्या संघर्षावर आधारित 'झुंज नियतीशी', भारतीय समाज रचनेचा अभ्यासपूर्ण लेखाजोखा 'अर्ली इंडियन्स', श्रीकृष्णाचं बहुआयामी व्यक्तिमत्त्व विषद करणारं 'श्याम' (मराठी) आणि श्री गोरक्षनाथांच्या चरित्रावर आधारित 'शिवगोरक्ष' (हिंदी) ही पुस्तकं प्रकाशित झाली आहेत.

अनुवादकलेविषयी इंद्रायणी चव्हाण म्हणतात, 'अनुवादाच्या निमित्तानं संबंधित विषयाची, साहित्याची ओळख होते, त्यासंबंधी थोडाफार अभ्यास आणि विचारही केला जातो, त्यामुळे अनुवादकानं केलेला प्रत्येक अनुवाद, त्याला एक व्यक्ती म्हणून समृद्ध करत जातो. ज्यांच्यामुळे मला अशी समृद्धी लाभली, त्यांची मी सदा ऋणी असेन.'